# பனித்துளிகள்

**திலாணி சபேஷன்**

ISBN 979-8-88555-895-2

# சமர்ப்பணம்

பதுமையாகப் பகிர்ந்த போது பரிந்துரைத்து,
பனித்துளிகளைப் படைப்பென்றாக்கிய,
பற்றுள்ள பள்ளித்தோழி பவதாரணிக்கும்…

எங்கேயும் எப்போதும் ஏற்றத்தாழ்வு எதுவாயினும்,
என் எண்ணமாகவேயிருக்கும்,
எந்தந்தைக்கும் எந்தாய்க்கும்…

பனித்துளிகள் சமர்ப்பணம்.

# பொருளடக்கம்

# முகவுரை



## மண்ணுண்ணி மாப்பிள்ளையே!

அன்றைய நாளில் சோழ ஆட்சியில் ஒரு நாள், ஒருவன் அரசனைப் புகழ்ந்து பாட்டு இயற்றிப் பாட ஆசை கொண்டான்.

அவன் போகும் வழியில் சிறுவர்கள் மண் சோறு ஆக்கி விளையாடக் கண்டான். காகங்கள் கரையக் கேட்டான். எங்கோ இருந்து குயிலும் கூவியது. மேற்கொண்டு நடக்கையில், *"உங்களப்பன்..."* என்று கணவன் மனைவி சச்சரவும் அவன் காதுகளில் அரசல் புரசலாக வந்து விழுந்தது. அதற்கப்பால் அவன் கோவிற் படி ஒன்றில் அமர்ந்து இளைப்பாறினான். அப்போது அங்கே பெருச்சாளி ஒன்று ஓடியது.

பார்த்தவை... கேட்டவை... காதில் தானாக விழுந்தவை... எல்லாவற்றையும் எழுதினான். அப்போது அந்தப் புறமாக வந்த அவன் நண்பனிடம் அதைப் படித்துக் காட்ட, அதைக் கேட்ட அவன் நண்பனோ,

*"கன்னா பின்னா என்று இருக்குது. மன்னனைப் பற்றி இதிலென்ன சொல் வழங்கி இருக்குது?... பெருமானே!"*
என்று கோவில் மூலஸ்தானத்தைப் பார்த்து தன் கையை விரித்தான். நண்பன் சொன்னவைகளையும், அவன் தன் எழுத்தில் சேர்த்துக் கொண்டான்.

பின் பேராவலுடன், அரச சபையை வந்தடைந்தான். அங்கே சிங்கமென சிம்மாசனத்தில் சோழ மன்னன் வீற்றிருக்க, கம்பரும் அவை அங்கத்தவர்களில் ஒருவராக அமர்ந்திருந்தார். அவனும் தன் ஆக்கத்தை அவை முன்னே இயம்பலானான்.

"மண்ணுண்ணி மாப்பிள்ளையே...!
காவிறையே...! கூவிறையே...!
உங்களப்பன் கோவில்...இல் பெருச்சாளி...!
கன்னா...! பின்னா...! மன்னா...!
தென்னா சோழங்கப் பெருமானே...!"

அவன் உளரல் கேட்டு அங்கே, அந்த அரச சபையே நகைத்தது. கம்பர் மட்டும் நிதானமாக, "இது மிகவும் அருமையான பாடல்!" என்றார்.

"மண்ணுண்ணி என்றால் திருமால். மா என்றால் திருமகள். இவர்களது பிள்ளை மன்மதன் ஆவான்.
மண்ணுண்ணி மாப்பிள்ளையே என்றால் மன்மதனே!
காவிறையே கா என்பது வானுலகம். வானுலகை ஆளும் இந்திரனே!
கூவிறையே கூ என்பது மண்ணுலகம். மண்ணுலகை ஆள்பவனே!
உங்களப்பன் கோ-வில்...இல் பெரிசு-ஆளி என்று பிரித்தால், மன்னனின் தந்தை வில்லில் ஆளி போல் வல்லவர். என கன்னா, கர்ணனே! பின்னா, தருமனே.! மன்னா, மன்னவனே!
தென்னா சோழங்கப் பெருமானே என்றால் தென் நாட்டின் அங்கமாகிய சோழப் பேர் அரசன்." என்று
அவன் கூற்று அதை, உற்றுக் கேட்ட கம்பரும் சற்று விளக்கிட... மட்டற்ற மகிழ்ச்சி கொண்ட கொற்றவனும் பரிசளிக்க, ஏற்றவனும் சந்தோசமாகச் சென்றான்.

இன்றைய நாளில் அவனைப் போல் நானும், 'கன்னா பின்னா' என்று ஆங்காங்கே பார்த்தது, கேட்டது, சொன்னது, அறிந்தது, தெரிந்தது என ஏதோ ஓர் ஆர்வத்துடன் எண்ணியதை எழுத... கம்பர் கண் கொண்டு சிலர் "ஆஹா...! ஓஹோ...!" என்றனர்.

பல அற்புதப் படைப்புகளின் ஆழுமையும்... தேன் சொட்டும் தமிழ் மொழி மேல் உள்ள காதலும்... பருகப் பருகத் தாகம் எடுக்கும் இலக்கிய பொக்கிஷங்களும்... என்னுள் இனம் காணா நெகிழ்ச்சியையும் ஆர்வத்தையும் எழுப்பி விட, அந்தந்த நேரத்தில் என் மனதில் எழுந்த எண்ணக் கோர்வைகளை எழுத்துக்களாகத் தொகுத்து வடித்துள்ளேன். இதில் என்னைக் கவர்ந்த, சில படைப்புகளில் இருந்தும் ஓர் ஈர் துளிகள் எடுத்துத் தூவி, என் ஆக்கத்தை அலங்கரித்துள்ளேன். ஏன் கம்பன் கூடக் கூறினானே...

"திருத்தக்கதேவரிடம் இருந்து ஓர் அகப்பை மென்று கொண்டேன்" என்று...

புராணங்களும்... இதிகாசங்களும்... சங்கநூல்களும்...
பாரதியும்... கண்ணதாசனும்... மற்ற பேர் அறிஞர்களும்...
வாய்வழி வந்தவைகளும்... செவி வழி சென்றவைகளும்...
தொல்காப்பியம்... குறுந்தொகை... என்றும் பெருந்தொகை!
அப்பப்பா! எத்தனை...? எத்தனை...? செம்மொழியில் கோடிச் செய்திகள் சொல்கின்றனவே! மூழ்கி நானும் தத்தளிக்கின்றேன்.

இப்பெருங்கடலில்
இதோ என்
**பனித்துளிகள்...**

# நன்றியுரை

'எந்நன்றி கொன்றார்க்கும் உய்வுண்டாம் உய்வில்லை
செய்ந்நன்றி கொன்ற மகற்கு'

அதுவும்,

'காலத்தினால் செய்த நன்றி சிறிதெனினும்
ஞாலத்தின் மாணப் பெரிது'

பதிப்பதில் கைகொடுத்த என் பெற்றோர்கள்.

நூல் உருவாக்கத்தில் ஊக்குவித்த பள்ளித் தோழி பவதாரணி.

தன் சித்திரங்களால் 'பனித்துளிகள்' எனும் நூலை அழகுறச் செய்த என் புதல்வி.

சித்திரப் படத் தொகுப்பில் உதவிய என் இளைய புதல்வன்.

நூல் ஆக்கத்திற்கு ஆதரவு அளித்தவர்கள். மற்றும் வாழ்த்திய நல் இதயங்கள்.

அனைவருக்கும் எனது உளமார்ந்த நன்றிகள்!

# ஆசிரியரின் குறிப்பு

நெஞ்சில் அரும்பிடும் பனித்துளிகள்… அதில் விம்பம் தேடி, பலரசம் சிந்திட உரையும்… நடையும்… தழுவிட, இதைப் பருகிட ஏதோ பரவசம்!

- திலாணி சபேஷன்

## கனவு...

எண்ணத்திலே எழ,

உதட்டிலே உதிர,

ஏட்டிலே எழுத,

வடிவத்திலே வடிய,

பார்...எங்கும் பிரதிபலிக்க,

அதுவாய் மெய்ப்படும்!

# நீ

அகிலம் முழுதும் அலைகின்றாய்.
அருவமாய் நிற்கின்றாய்...

ஆதவன் அனல் தணிக்கவே,
ஆவி நீயோ, மெல்லிசை பாடி...

இதமான தென்றலாய் வீசுகின்றாய்.
இரக்கமற்று இன்னொரு சமயம்...

ஈரமான குளிர் காற்றாய்,
ஈட்டியாய் குத்தி, 'சில்...ல்...' என்று...

உரைக்கின்றாய்... சிலிர்க்க வைக்கின்றாய்...
உடல் நடுங்க வைக்கின்றாய்...

ஊர் எல்லாம் உறைவிடம் ஆனாலும்,
ஊன் உள்ளும் செல்கின்றாய்...

எம் சுவாசத்துக்கும் உயிர் கொடுக்கின்றாய்.
எங்கும் வாயு நீயே, நிறைந்து நிற்கின்றாய்...

ஏன் நீ வீசவில்லை என்று சில சமயம்,
ஏங்க வைக்கின்றாய் இயக்கமற்று நின்று...

ஐந்தில் நீயும் ஒரு பூதம் என்று,
ஐயனும் சொன்னானே அன்று...

ஒப்பில்லா வலிமை கொண்டு... மறு சமயம்,
ஒரு பொல்லாப் புயலாகி...

'ஓ...' என்ற பயங்கர ஓலத்துடனே,
ஓய்வில்லாமல் சுழன்று ஓடி...

ஔவியம் பெயர்ந்து பேசி...
∴ என அழிக்கின்றாய்!!!

# கவிதை பிறந்த கதை

உலரும் அதிகாலைப் பொழுதில் ஒரு நாள்... ஏகாந்தத்தில் நான் லயித்திருந்த வேளையில்... அயர்ந்த உலகம் மெல்ல விழித்தெழும் நேரத்தில்... அமைதியைக் குலைத்தது என்னவோ குருவிகளின் ஆரவாரக் கீச்சல்கள் மட்டுமல்ல 'ஓ...' என்ற ஓலமும் தான்.

கண்ணுக்குத் தெரியாதது ஒன்று தான் இருப்பதைப் பறை சாற்றியது. மரஞ்செடிகளை ஆட்டி அசைத்து தன் பலத்தையும் வலியுறுத்தியது. என் உடல் சிலிர்த்தது. குளிரினால் மட்டும் அல்ல. இதன் குணங்களினாலும் தான் என நானும் உணர்ந்தேன்.

இயற்கையின் இயம்பலுக்குச் செவி சாய்த்தேன். எண்ண அலைகள் அலை மோத, எனது முதல் ஆக்கம் உருப்பெற்றது.

> '*காற்றே என் வாசல் வந்தாய்...*
> *மெதுவாய் கதவு திறந்தாய்...*'

என்னும் பாடல் கூற்று போல் காற்று என் உள்ளக் கதவைத் திறந்தது.

முதன் முதலில் கற்றது அரிச்சுவடு என்பதாலோ என்னவோ, என்னுள் உதித்த முதல் கவிதையும் உயிர் எழுத்துக்கள் வரிசையில் விரிவானது. உயிர் மூச்சான காற்றை, உயிர் எழுத்துக்களால் வரைந்து வடிவம் எடுத்தது எனது முதல் ஆக்கம்.

# ஒற்றுமை அதில் வேற்றுமை

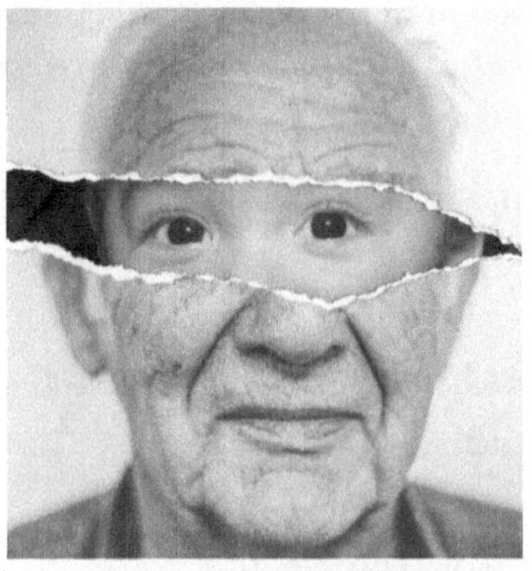

**பொக்கையின் அழகு..**
சிசுவின் சிரிப்பில் தெரியும் தூய்மை.
முதுமையின் அனுபவத்தில் தெரியும் மேன்மை.

**மொழியின் குழைவு..**
மழலை தரும் இனிமை.
முதுமை தரும் தனிமை.

**நடையின் தத்தல்..**
குழந்தை காணும் வளர்ச்சி.
முதுமை காணும் தளர்ச்சி.

**கண்களின் ஈர்ப்பு..**
பிள்ளையின் அறிவு நோக்கி தேடல்.
முதுமையின் மனநிறைவு நோக்கி நாடல்.

**நேரத்தின் கணக்கு..**
இளமைக்கு இன்னும் போதவில்லை!
முதுமைக்கு இன்னும் போகவில்லை!

# மர்மம் என்ன?

மாலை நேரம் எப்போ வருமென்று,
மதியம் முதல் காத்திருந்து...

முன் வீட்டு பிள்ளைகளுடன்,
முற்றத்திலே கோடு கீறி...

மணிக்கணக்கில் மண்ணிலே,
மாபிள் அடித்து மகிழ்ந்த போது...

மலர் பறிக்கும் சாட்டோடு,
மாடி வீட்டு அக்காவும்...

மற்றவருடன் கூட வந்து,
மதில் மேலே குந்தி இருந்த
மற்ற தெரு அண்ணாவும்...

மாறி மாறி மறைவாக,
மயக்கத்துடனே பார்த்துக் கொண்ட
மர்மம் என்ன?

மக்கு! எனக்கு
அப்போ புரியவில்லை...

இப்போ புரிந்தது...
அது மன்மத லீலை என்று!!!

# பின்னால் புரியும்

மாலை நேரக் குதூகளிப்பில் சிறார்கள் விளையாட்டு ஒரு புறம். வாலிபக் காதலின் பார்வைப் பரிமாற்றங்கள் மறுபுறம்.

விளையாட்டில் முழுக் கவனம் இருந்தாலும், அங்கு நடைபெறுவது சாடை மாடையாகச் சிறுவர்கள் விழிகளில் விழ, அவர்களுக்கு அது விநோதமாய் இருகின்றது. விஷயம் என்னவென்று அறிய அந்த வயதில் அவர்களுக்கு அவ்வளவு அக்கறையில்லை.

பின்னால் ஒரு நாள்...
    அந்நாள் விஷயம்...
        தன்னால் புரியும்!

# அக்காளை... அக்காளை

அக்காளை... அக்காளை
படுத்திய அல்லோல கல்லோலம்
அறிந்தீரோ...?

அக்காளை... அக்காளை
பற்றி அக்கு வேறு ஆணி வேறாய் உரைத்ததும்
கேட்டீரோ...?

அக்காளை... அக்காளை
அஞ்சும் கெட்டு அறிவும் கெட்டு சுற்றித் திரிந்ததும்
தெரிந்தீரோ...?

அக்காளை... அக்காளை
அயலார் அறிய முட்டி, அடி வாங்கி ஓடியதும்
கண்டீரோ...?

அக்காளை... அக்காளை
செய்த அட்டகாசம் கொஞ்ச நஞ்சமில்லை...
எக்கக் சக்கம்!
எண்ணுவீரோ...?

அக்காளை... அக்காளை
பின்னர் மடக்கிய கதையும்
மறவீரோ...?

அக்காளை... அக்காளை
கொண்டு, நல்லாய்க் கவனி...!
'அத்-தான்' இது தான் கதை!
என்று சொன்னதும்
புரிந்தீரோ...?

அக்காளை... அக்காளை
முடிச்சுப் போட்டதும்...
பின் முடங்கிக் கிடப்பதும்
உணர்ந்தீரோ...?

# அக்காளையிட்டு ஆசிரியர் குறிப்பு

எனது தந்தையார் சில பல சிலேடையுடன் கூடிய புதிர்களை உரைத்திடவும், அந்த வாக்கியங்களில் உள்ள சிலேடை நடை பெரிதும் கவரந்தது. ஒரு வித உற்சாகமும் என்னுள் எழுந்தது. விரலுக்கு ஏற்ற வீக்கத்துடன் இரு கருத்து அமைய ஒரு சிறு கவிதை எழுதும் ஆர்வமும் மேலிட்டது. அதில் ஒரு சிறு நகைச்சுவையும் தன்னால் ஒட்டிக் கொண்டது.

என் தந்தை சொன்ன சிலேடை

> *'அச்சு வண்டில் ஓடியதேன்?'*
> *'மச்சான் முறை கொண்டாடியதேன்?'*

> *'அக்காளையிட்டு'*   *'அக்காளையிட்டு'*

## முதல் கருத்து

அக்காளையிட்டு என்பது அந்தக் காளை, எருது காரணமாய் அச்சு வண்டி ஓடியதைக் குறிப்பதாகும்.

## இரண்டாம் கருத்து

அக்காளையிட்டு என்பது அக்காளை, மூத்த சகோதரியை மணம் முடித்ததால் மச்சான் உறவு ஏற்பட்டதாகும்.

> *'அக்காளையிட்டு'* என் சிறு கவி பிறந்தது.

# சின்னஞ் சிறு கிளி அல்லோ!

மஞ்சு அவள் பிஞ்சு பாதங்கள்
நெஞ்சு தனில் பஞ்சு போல் படுகையில்...
கெஞ்சும் மனமோ மென்மேலும் அல்லோ!

நஞ்சு இல்லா அவள் நகை காண்கையில்...
தஞ்சம் கொண்ட கவலை
யாவும் பறந்தோடும் அல்லோ!

கொஞ்சும் அவள் மழலை கேட்கையில்...
அஞ்சும் மறந்து போகும் அல்லோ!

குஞ்சு என்று அவளை அள்ளி அணைக்கையில்...
மிஞ்சும் இன்பம்
வேறேதும் இப்பிறவியில் இல்லை அல்லோ!

# லீலை புரிபவன் அவன்!

அப்போது...
உன் சந்ததி பெருக அல்லவா
காமன் அவனும்
கணை தொடுத்தான்.
நெற்றிக் கண் திறந்து
அனல் தெறிக்க
அவன் உடல் சுட்டு எரித்தது
ஏன் ஈசனே?

இப்போது...
ஈசன் நீயும் எரித்ததால்,
மாறன் இவன் உருவும் மறைந்ததால்,
ஒளித்து நிற்கவும் இனி அவசியம் இல்லாததால்,
மதன் வேலையும் சுலபம் என்று
ஈசன் நீயும் அறியாததால்...
இவன் மாயவனும்...
ஐவகை மலர்க் கணைகள்
கையில் ஏந்தி
**நெஞ்சில் எய்கிறான்!**

இந்த மன்மத
லீலையின் தந்திரம்...
அந்த முனிவனும்
மதி மயங்கின விசித்திரம்...
பின் மற்றவர்கள் பாடும்
எம்மாத்திரம்?
ஈசனே உன் பதிலும்
இங்கே மந்திரம்!

# மன்மதன்

மன்மதன் என்றால் மனதில் ஆசைகளை ஏற்படுத்துபவன் என்று பொருள்படும் முதலில் தோன்றிய கடவுளாகவும் வேதத்தில் போற்றப்படுகிறான். மன்மதனின் மனைவி ரதி மிக அழகானவள். சிருஷ்டியின் வளர்ச்சிக்கும் உலக உயிர்கள் தோற்றத்திக்கும் மன்மதனும் ரதியும் முக்கிய பங்களிக்கிறார்கள் எனப் புராணங்கள் கூறுகின்றன.

மன்மதன்
கரும்பை வில்லாகவும்,
வண்டுகளை நாணாகவும்,
தாமரை, அசோக மலர், மாம்பூ,
மல்லிகை, நீலத் தாமரை
ஆகிய மலர்களை ஐந்து வகை
அம்புகளாகவும் கொண்டு
எய்து, அனைவரையும் காதல்
வயப்படுத்துகின்றான்.

வசந்த காலம் மன்மதனுக்கு உரியது என்பதால் வசந்தன் என்றும் அழைக்கப்படுகின்றான். அவன் தாழம் பூவின் மடல் வாளாயுதமாகும்; தென்றல் தேராகும்; மீன் கொடியாகும். கிளிகள் அவன் தேரை இழுக்கும்.

சிவபெருமான் மீது மன்மதன் மலர்க் கணை தொடுக்க, சிவனும் நெற்றிக் கண் திறந்து அவனை எரித்து மாயம் ஆக்கினார்.

# விடிய விடிய கதை...

ஓடி அலைந்து, பல...

கோடி ரூபாய்கள் சேர்த்து, எங்கும்...

தேடி திரிந்து, மனம்...

நாடி அமைந்த, அழகிய...

மாடி வீடு வாங்கி, அந்த...

ஆடி மாதம் கழிய காத்திருந்து, பின்...

கூடி வந்த உற்றாருடன், புது மனைதனை...

குடி ஏறிய போது, ஆனந்தமாய்...

சோடி புறாக்கள் இரண்டு, கொஞ்சி...

பூச்சாடி அருகில் குலாவி, பன்னிசை…

பாடி கவர்ந்து, என்னை…

கோடி புறமாய் அழைத்துச் செல்ல, அங்கே…

வானம்பாடி புற்களோ உயர்ந்து, வானம்…

நாடி வளர்ந்து நிற்கவும், அடர்ந்து…

மூடி இருந்த புதரின் ஊடே, ஒரு…

வாடி வீடு போலொன்று புலப்பட, அதிசயம்…

தேடி அறிந்து ஆராயும் போது, முன்னே…

தாடி வைத்த உருவில் பெருத்த, பயங்கரமான…

கேடி ஒருவன் தோன்றி, பேரிரைச்சலுடன்…

"போடி வெளியே!" என்று கர்ச்சிக்க, மிரண்டு…

நாடி துடிக்க மூச்சைப் பற்றி, வேகமாய்…

ஓடி வந்து விழுந்தால், "என்னாச்சு…?"

"இந்தாடி எழுந்திடு!" அம்மாவும்…

யாடி நிறைய நீர் தந்து, யாவும் கலைந்திட…

"மோடி! நீ கண்டது வெறும் கனவே!" என்கிறார்.

# புத்திமான்!

புரியாத புதிரொன்றைப் புலம்பி,
புன்னகையுடன் புதுக்கவிதையென புழுகிப் புனைந்து…

புதுமையான புலமையுள்ள புலவனென,
புகழடைந்த புல்லரிப்பால் புழங்காயிதமடைந்து…

புலமையின் புகலிடமானேனென,
புத்துணர்வொன்றும் புக…

புத்தி கெட்டு புகழிழந்து புளித்துப்போய்,
புறக்கணிப்பால் புதைக்குள் புதைந்து…

புல்லாகி புண்ணாக்கெனயறிய,
புழுவாய் புற்றுக்குள்ளே புண்பட்டு,
புதருக்குள் புகுந்து புகைந்து…

புத்தியடைந்த புத்தனெனவொரு
புரளியெழுளிப்பி, புறப்பட்டு…
புத்தகமாக்கி…

புரியாத புதல்வர்களிடம், புரிந்துக்கொள்ளுங்களிது புராணமென
புரட்டி… புதுக்கதையொன்றை,
புலியாகப் புழுகுகிறேன்…!

# ஈழத்துச் சித்தர்

## யோகர் சுவாமிகளின் அருள் மொழிகள்

'தலையை நிலத்தில் நிறுத்திப் பார்த்தால் தலைவன் ஆவீரோ
காலை மேலே ஏற்றிப் பார்த்தால் கடவுளைக்
காண்பீரோ
மலை மேலேறி மௌனம் செய்தால் மகாதேவனைக்
காண்பீரோ
சிலை போலிருந்து சிந்தித்துப் பார்த்தால் சித்தன்
ஆவீரோ
கலைகள் பலவும் கற்றுவிட்டால் கந்தனைக்
காண்பீரோ
விலைக்குப் புத்தகம் வேண்டிப் படித்தால் விமலனைக்
காண்பீரோ
பாலைக் குடித்துப் பட்டினி கிடந்தால் பரமனைக் காண்பீரோ
வேலை செய்யாமல் வீதியில் திரிந்தால் வேந்தனைக்
காண்பீரோ
மூலையிலிருந்து முணு முணுத்தால் முதல்வனைக்
காண்பீரோ
சாலப் பசிக் கொருபோது புசித்தால் சாமி
ஆவீரோ'


நாம் அறியோம்!
முழுதும் உண்மை!
ஒரு பொல்லாப்புமில்லை!
எப்பவோ முடிந்த காரியம்!

# விநோத விந்தைகள் பல பல

விண்ணிலும் மண்ணிலும்
விநோத விந்தைகள் பல பல கண்ணிலும்,
கண்டது...
கற்றது
இதில் என்ன விஞ்ஞானம்?

ஆர்வம் மிகவும் அலாதியாக
அறிந்திட அகமும் அமைதியாக,
அகன்றது...
அற்றது
என் அஞ்ஞானம்.

மற்றதெல்லாம் மாயம் என்று
மனம் அதுவும் முழுமையாக,
ஏற்றிட...
உற்றது
மொழிந்தது மெய்ஞானம்!

# கண்டேன்.. நானும் கண்டேன்!

எண்ணற்ற சிந்தனைகள்
ஏகாந்தத்தில் எழக் கண்டேன்...

ஏட்டில் எழுதாததை
ஏனோ மனமும் எண்ணக் கண்டேன்...

எங்கும் ஆழ்ந்து நோக்கின்
எப்பொருளோ இருப்பதின் எழிலைக் கண்டேன்...

என்னுள்ளே அவை யாவும்
எதிரொலிக்கவும் கண்டேன்...

எல்லாமே எந்தை காட்டும் விந்தை
என்பதையும் கண்டேன்...

# பகிடியாய் இருக்கின்றது!

பன்னிரண்டு வயதிலே
பருவமடைந்து குந்திய போது...
பாட்டி முதல் யாவரும்,

"பல்லைப் பல்லைக் காட்டாமல்
பக்குவமாக இருக்க வேண்டுமில்லை...

பண்பு கெட்டுப் போய்,
பரிகாசம் ஆகி விடும்!" என

பரிந்துரைத்து என்னை நன்றாக...
பயமுறுத்திய பின்னர்,

பணிந்து நடக்க வேண்டுமென
பாவை நானும் முடிவெடுத்து...

பாடப் புத்தகம் பையில் வைத்து
பள்ளிக்கூடம் முடிந்த நேரம்,
பையப் பைய நடந்து வந்த போது...

பாலர் முதற் கூடித் திரிந்து

பட்டாம்          பூச்சி பிடித்து

பம்பரம்          சுற்றி

பட்டம்           விட்டு

பழம்             கொய்து

பகிர்ந்துண்டு

பல நாள் பழகி வந்த...
பக்கத்து வீட்டுப் பையனும் பக்கம் வந்து,

**"பழைய படி இப்போது ஏன்
பந்தடிக்க வருவதில்லை?"** என
பரிதாப முகத்துடன்,
புரியாமல் வினவுகையில்...

பதிலேதும் பேசாமல்,
பின்னால் திரும்பிக் கூடப் பார்க்காமல்
பதறியடித்து...
பத்தடிப் பாய்ச்சலில்,
பதட்டத்துடன் வீடு வந்து சேர்ந்ததை...

**பின்னொரு நாள் எண்ணுகையில்...
பகிடியாய் இருக்கின்றது!**

# பள்ளிக்கூடச் சுவாரஸ்யங்கள்

## வகுப்புச் சட்டாம்பிள்ளை

பள்ளி மாணாக்கனாக எனது கணவர் பயின்று வந்த காலத்தில் நிகழ்ந்த ஒரு சுவாரஸ்யம். அன்று ஆசிரியர்கள் கழகக் கூட்டம் நடைபெற்றது. வகுப்பாசிரியர் வகுப்பறையை விட்டு அகலும் போது, அனைத்து மாணவர்களும் அமைதியாக இருந்து, அவர் நிர்ணயித்த பாட வேலைகளை ஒழுங்காக எழுத வேண்டும் என்பது நியதி.

இவை சரிவர நடைபெறுகின்றனவா என்பதைக் கண்காணிப்பது வகுப்புச் சட்டாம்பிள்ளையின் பொறுப்பு ஆகும். அன்று அங்கே சட்டாம்பிள்ளையாக நியமிக்கப்பட்டிருந்த மாணாக்கர் மிகவும் நேர்மையானவர். தன் கடமையைச் சரிவரச் செய்பவரும் கூட.

வகுப்பு ஆசிரியர் மாணவர்கள் எழுத வேண்டிய பாட வேலையை நிர்ணயித்து விட்டு, கூட்டத்திற்குச் சென்றார். அவர் சென்ற உடனே முதலில் பக்கத்தில் இருக்கும் மாணவனுடன் பேசியது என் கணவரே. கடமை வழுவாத அந்த வகுப்புச் சட்டாம்பிள்ளையும் என் கணவர் செய்த தவறை முறையிட, தலைமை ஆசிரியரின் அலுவலகத்திற்கு அவரைக் கூட்டிச் சென்றார். எனது கணவரும் போகும் வழி நெடுகவும்,

"தயவு செய்து நான் கதைத்ததைத் தலைமை ஆசிரியரிடம் முறையிடாதே!" எனக் கெஞ்சினார். ஆனால் அந்த வகுப்புச் சட்டாம்பிள்ளையோ மறுத்து விட்டார். அவ்வாறே அவர்கள் இருவரும் தலைமை ஆசிரியரின் அலுவலக அறையை அடைந்தனர்.

தலைமை ஆசிரியருக்கோ வேலைப் பளு மிக மிக அதிகம். அதிலும் அன்று ஏதோ தலை போகும் காரியம் இருந்திருக்க வேண்டும். அவர் அதில் கவனத்தைச் செலுத்திய வண்ணம்,

"என்னடா...?" என தனது வழமையான கம்பீரத்துடன் அவசரமாக வினாவினார்.

எனது கணவரும்,
"ஐயா, கதைத்தது என்று......" சொல்லி முடிக்கும் முன்...

தலைமை ஆசிரியரும் வகுப்புச் சட்டாம்பிள்ளையைப் பிடித்து நன்றாகப் பிரம்படி கொடுத்து விட்டார்.

என் கணவரும் சட் என நடந்தவை பட் என புரியாமல்... திகைத்து! விழித்து! ஏதும் மொழிய முடியாமல் அப்படியே நின்றிருந்தார்.

இருவரும் வகுப்பறைக்குத் திரும்பி வரும் வழி நெடுக அந்த வகுப்புச் சட்டாம்பிள்ளை தான் என் கணவரிடம்,
"தயவு செய்து தலைமை ஆசிரியரின் அலுவலக அறையில் நடந்ததை மற்ற மாணவர்களிடம் கூறி விடாதே!" எனக் கெஞ்சினாராம்!

# பேச்சுப் போட்டி!

எனது பாடசாலையில் பல பல போட்டிகள் நடப்பதுண்டு. அவ்வாறே ஒரு நாள் தமிழ் பேச்சுப் போட்டியும் ஒழுங்கமைக்கப்பட்டது. என் வகுப்பில் நான் உட்பட அனைத்து மாணவர்களும் இதில் பங்கு பெறுவதில் ஆர்வம் கொள்ளவில்லை. இந்த விடயம் ஆசிரியர்கள் கவனத்திற்கும் எட்டியது. எமது இத்தகைய, அக்கறையில்லாத போக்கு கண்டிக்கப்பட்டது. தண்டனை ஒன்றும் தீர்மானிக்கப்பட்டது.

அது யாதெனில், நாம் அனைவரும் குறிப்பிட்ட தலைப்பில் உரை ஒன்றைத் தயார்படுத்தி பேச வேண்டும் என்பதே. அதற்கு ஒரிரு நாள் தவணையும் எமக்குத் தரப்பட்டது. துரதிஷ்ட வசமாக அந்த நாளை நான் நினைவில் கொள்ளவில்லை.

அந்தப் பொல்லாத நாளில், எம் உரையைக் கேட்பதற்கு இரு தமிழ் ஆசிரியர்கள் நியமிக்கப்பட்டனர். தரப்பட்ட தலைப்பை ஒட்டி மனத்திற்குள் நானும், பேச வேண்டிய சிலவற்றைத் தயார் படுத்திக் கொண்டேன். 'உரை தயார் இல்லை எனபதால் தண்டனை அதிகரிக்குமோ?' என எனக்குத் 'திக் திக்' என்றிருந்தது. என் நெஞ்சும் 'பட பட' என்று அடித்துக் கொண்டது.

இந்தப் பொல்லா நேரத்திலும் ஒரு நல்ல விடயம் என்னவென்றால், அது 'நேரம்' தான்! எல்லா மாணவர்களின் உரையையும் முழுமையாக கேட்பதற்கு, ஆசிரியர்களுக்கு நேரம் போதவில்லை. ஆதலால் தொடக்கப் பகுதியை மட்டுமே கேட்டனர். நானும் மனத்தில் தயார்படுத்திய எனது உரையை அசை போட்டுக் கொண்டிருந்த போது என் முறையும் வந்தது. ஆசிரியர்கள் முன்னால் சென்றதும், எனக்கு ஐந்தும் கெட்டு

அறிவும் கெட்டது! உடல் உதற… குரல் நடுங்க… தட்டுத் தடுமாறி நானும் என் உரையை ஆரம்பித்தேன்.

"தாழ்மையான ஆசிரியர்களுக்கு…"

நான் சொன்னது தான் தாமதம், அந்த ஆசிரியர்கள் இருவரும் திகைத்து… என்னை முறைத்தனர்.

பின்னர்……சாரமாரியாக சரவெடிகள்…

சிறிது நேரம் கழித்து, மீண்டும் என் உரையை உரைக்கும் படி கூறினர். நான் அம்முறை, மிகக் கவனமாக எனது உரையை ஆரம்பித்தேன்.

"மதிப்புக்குரிய ஆசிரியர்களுக்கு, என் தாழ்மையான வணக்கங்கள்!" என்றேன் ஆணித்தரமாக.

ஆனால் மீண்டும் என் உரை நிறுத்தப்பட்டது. நான் முன்னர் விட்ட பிழை, எதனால் ஏற்பட்டது என்பதை ஆசியர்கள் இருவரும் தமக்குள் ஆலோசித்துப் பேசினர்.

"முதலில் பேசும் போது, இவள் உரையில் அந்தச் சொற்கள் *'மதிப்பும்… தாழ்மையும்…'* இடம் மாறி இருக்கிறது!" என்றார் ஒருவர்.

"இயல்பாகப் பேசாமல், எல்லாவற்றையும் மனப்பாடம் செய்கிறார்கள்! சபை வணக்கத்தையும் இவள் மனப்பாடம் செய்ததால் தான் இந்தப் பிழை வந்திருக்கின்றது!" என்றார் மற்றவர்.

மீதமுள்ள மாணவர்களுக்குத் தாமதமாகுது, என நேரமும் எனக்குக் கைகொடுக்கவே... அத்துடன் என் உரையும் முடிந்தது!

என் மனமும் அன்று
        'கடவுள் இருக்கிறாரடி!' என்றது.


## பதினெட்டுப் பிழைகள்!

எனது இளைய புதல்வனுக்கு அப்போது ஐந்து வயது. பாடசாலை விட்டு வரும் வழியில் ஒரு நாள்,

"தம்பிக்கு இன்று தமிழ் பரீட்சை நடந்தது, அவன் இருபது கேள்விகளுக்குப் பதினெட்டுப் பிழைகள் எடுத்துள்ளான்." என்று எனது மூத்த புதல்வன் எனக்கறிவித்தான். நானும் அக்கறையுடன் என் இளைய புதல்வனை நோக்கி,

"நீ ஏன் பதினெட்டுப் பிழைகள் எடுத்தாய்?"
என வினவினேன். அதற்கு அவனும்,

"அது நான் இரண்டு சரிகள் எடுத்ததால் தான்!"
எனச் சுருக்கமான, ஆனால் தெளிவான பதிலைத் தந்தான். கணக்கில் அவன் புலி என்பதை நானும் அன்று புரிந்தது கொண்டேன்!

## சங்கீதம் கற்கவென்று...

எம் பாடசாலை நாட்களில் ஏன் இன்றும் கூட, சில பாடங்களைத் தேர்வு செய்யும் சந்தர்ப்பம் உயர் தர வகுப்புகளில் கிடைப்பது வழக்கம். அன்றைய தினங்களில் பொதுவாக, சித்திரம் அல்லது சங்கீதம் இரண்டில் ஒன்றை மட்டுமே தெரிவு செய்ய வேண்டும். எதைத் தெரிவு செய்வது என்பது எல்லோருக்குமே ஒரு சிறு குழப்பம் தான்.

அவ்வாறே என் தோழியும் மிகவும் குழம்பி, வெகு நாட்கள் சிந்தித்து முடிவெடுத்தாள். கடைசியில் சங்கீதம் கற்கவென்று சென்றாள். கனிவு மிகுந்த அந்த சங்கீத ஆசிரியையும் அவளை அன்புடன் தன் வகுப்பில் வந்து அமரக் கூறி, பாடல் ஒன்றின் வரிகளைத் தானே பாடிக் காட்டினார்.

சிறிது நேரம் கழிந்ததும் அவளைப் பாடச் சொன்னார். என் நண்பியும் உற்சாகமாகத் தன் தேன் மதுரக் குரலில் அப் பாடலை இசைத்தாள். சங்கீத ஆசிரியையும் மிக மிகப் பொறுமையாக அவள் பாடுவதைக் கேட்டார். பின் சிறிய நம்பிக்கையுடனும் நப்பாசையுடனும் நாதூக்காக அவளிடம்,

"நீர் சித்திரம் கற்கப் போகிறீரா?" என்று மிகவும் தன்மையாக வினாவுவது போல் கூறினார்.

எனது தோழியும் அதற்கு நேர்மையாக,

"சித்திர ஆசிரியை தான் என்னை உங்களிடம் அனுப்பினார்," என்று தெளிவாக உண்மையைக் கூறினாள்.

'என்னிடம் அல்லவா இவள் முதலில் வந்து இருக்க வேண்டும்,' எனச் சங்கீத ஆசிரியையின் மனமும் பெருமூச்சுடன் அப்போது மொழிந்தது என் தோழிக்கு கேட்டுதோ இல்லையோ, இப்போது எமக்கு அது கேட்குது தானே!


## தந்தை தாய் பேண்!

என் நண்பியின் தம்பி படு சுட்டி. படிப்பில்… நடிப்பில்… பாட்டில்… விளையாட்டில்… மேலும் பல பல வித்தைகளில் அவன் கெட்டிக்காரன். ஆனால் அவனுக்கு தமிழ் மட்டும் சுத்த சூனியம்!

ஒரு முறை அவனது தமிழ் ஆசிரியர், 'தந்தை தாய் பேண்!' எனும் தலைப்பில் கட்டுரை எழுதும் படி மாணவர்களைப் பணித்தார்.

இவனுக்கு ஒரே குழப்பம்.
"ஏன் பேனைப் பற்றி எழுத வேண்டும்… அதுவும் ஓர் ஈர் வசனமில்லை. கட்டுரை!"

சிந்தித்தான் அவனும்… அவன் தான் விஞ்ஞானத்தில் சளைத்தவன் அல்லவே. அந்தத் தலைப்பில் அவனும் கட்டுரை எழுத்தினான்… இரண்டு அரைத் தாள்கள் நிரம்பிட!

'ஒருவர் தலையில் தந்தைப் பேன், தாய்ப் பேன் என்னும் இரு வகைப் பேன்கள், தம் வாழ்க்கையை ஆரம்பிக்கின்றன. அவை ஒன்று சேர்ந்து இனப்பெருக்க ஈர்கள் உருவாகின்றன. ஈர்கள் சிறிது காலத்தில் குஞ்சு பொரித்து… அந்த தலையில் எக்கச்சக்கப் பேன் குஞ்சுகள் ஊருகின்றன! பிறர் தலைக்கும் தாவுகின்றன! பின்னர் அவை வளர்ந்து வாலிப் பருவம் அடைகின்றன. மீண்டும் பல பல 'தந்தை தாய் பேன்கள்,' பல பல தலைகளில் உருவாகின்றன……'

இவ்வாறு ஒருவாறு விஞ்ஞான பூர்வமான விபரங்கள் எல்லாவற்றையும், ஒன்று விடாது தன் எழுத்தில் பதித்து, அறிவு பூரணமான கட்டுரை ஆக்கி, தமிழ் ஆசிரியர் கையில் ஒப்படைத்தான்.

அதை வாசித்த தமிழ் ஆசிரியருக்குத் தலை வலியும் வரவில்லை. மனவலியும் வரவில்லை. வயிற்றுவலி தான் வந்ததாம். ஏன் என்று அவனுக்கும் புரியவில்லை எனக்கும் தெரியவில்லை!

## இலக்கணம் இங்கே...

### செய்வினை வாக்கியம்

'நீ இலட்சியத்தை எண்ணுகின்றாய்.'

நீ ... எழுவாய்.
எண்ணுகின்றாய் ... பயனி(ல்)லை.
இலட்சியத்தை ... செயற்படு...
பொருள் ஆகும்!


### காம யாவ இனம் காண்க

காதலுடன் காமமும் காளையும் ...
இங்கே *காவும்*
வல்லினம்.

மங்கையும் மருகினாலும் ...
இதில் *மமதை*
மெல்லினம்.

யார் வருவார் ...
அங்கே *யாவதும்*
இடையினம்.


**இலக்கியம் எங்கே?**

# கேளீர் விடை கேளிர்

தோற்றம் முதல் கூற்றம் வரை,
ஊற்றம் போல்...
கை கொடுப்பவர் யார்...?

கேளீர் விடை கேளிர்

ஏற்றம் தரும் கொற்றம் பெறின்,
முற்றம் வந்து முகமனுக்கேனும்...
வாயார வாழ்த்துபவர் யார்...?

கேளீர் விடை கேளிர்

நாற்றம் மிகு அற்றம் வரின்,
வெற்றம் உண்டு வேறு வழியில்...
என ஊக்கமளித்து உறுதுணை தருபவர் யார்...?

கேளீர் விடை கேளிர்

வேற்றம் ஏதோ? சீற்றம் மூண்டு,
மாற்றம் கொண்டு...
குற்றம் குறை காண்பவர் யார்...?

கேளீர் விடை கேளிர்

சுற்றம் சூழ நிற்றம் வாழ,
மாற்றம் வரின்...
தேற்றம் தந்து தீர்க்க வருபவர் யார்...?

கேளீர் விடை கேளிர்

# அப்பாவை!

அப்பாவையை வித்திடவும்...
அப்பாவையும் அவ்விடத்தில்,
விழுது விட்ட ஆவலுடன் எழுந்து...
அப்பாவை கொடி பற்றி,
சுற்றி வளைக்கவும்...

அப்பாவைக்காய்,
அப்பாவையும் தந்திடவே...
அப்பாவையும் அழகாய், விரைவில்
பூத்ததும் மஞ்சள்... நீராடியதும்!

அப்பாவையும் அப்பாவைக்காய்
அளித்ததும் அப்போது,
அதுவாய் கசந்ததைத் தெரிந்து...

அம்மாவும் அன்று அப்பாவை
நல்லாய் காய்த்ததும்...
பிடுங்கி எடுத்ததும்...

அப்பாவையை பொரித்தெடுத்து,
அப்பாவைக்காய் கூட்டிட்டதும்...
அப்பாவை பச்சடியும் செய்தும் விட...

என்ன... என... நானும் சொல்ல!

# ஆசிரியர் கண்ணோட்டம்

காய்கறி வளர்ப்பில்
நாட்டம் கொண்டு,
விளைச்சல் தன்னில்
நோட்டம் அண்டு,
மலர்ந்த அப்பாவைத்
தோட்டம் கண்டு,
தோன்றிய வார்த்தை
ஓட்டம் ஒண்டு,
சொல்லும் செய்தி
திட்டம் இரண்டு,
சொன்னேன் நாலு
பொருளாட்டம் இண்டு.

அப்பாவை அந்தப் பாவைக்
கொடி, அந்தப் பொம்மை,
அந்தப் பெண் மற்றும்
தகப்பனை என்று நான்கு
பொருள் பட எழுதியுள்ளேன்.

இக் கவிதையை எழுதி
முடித்ததும், என் மனதில்
துடித்த பாடல் வரிகள்
கண்ணதாசனின் 'அத்திக்காய்
காய் காய்' என்பதே.

# அத்திக்காய்

*(ஆக்கம் கவிஞர் கண்ணதாசன்)*

அத்திக்காய் காய்காய்
ஆலங்காய் வெண்ணிலவே
இத்திக்காய் காயாதே
என்னுயிரும் நீயல்லவோ

கன்னிக்காய் ஆசைக்காய்
காதல் கொண்ட பாவைக்காய்
அங்கே காய் அவரைக்காய்
மங்கை எந்தன் கோவைக்காய்

மாதுளங்காய் ஆனாலும்
என்னுளங்காய் ஆகுமோ
என்னை நீ காயாதே
என்னுயிரும் நீயல்லவோ

இரவுக்காய் உறவுக்காய்
எங்கும் இந்த ஏழைக்காய்
நீயுங்காய் நிதமுங்காய்
நேரில் நிற்கும் இவளைக் காய்

உருவங்காய் ஆனாலும்
பருவங்காய் ஆகுமோ
என்னை நீ காயாதே
என்னைப் போல் பெண்ணல்லவோ
இத்திக்காய் காயாதே
என்னுயிரும் நீயல்லவோ     (அத்திக்காய்)

ஏலக்காய் வாசனை போல்
எங்கள் உள்ளம் வாழக்காய்
ஜாதிக்காய் பெட்டகம் போல்
தனிமை இன்பம் கனியக் காய்

சொன்னதெல்லாம் விளங்காயோ
தூதுவழங்காய் வெண்ணிலா
என்னை நீ காயாதே
என்னுயிரும் நீயல்லவோ     (அத்திக்காய்)

உள்ளமெலாம் மிளகாயோ
ஒவ்வொரு பேச் சுரைக்காயோ
வெள்ளரிக்காய் பிளந்தது போல்
வெண்ணிலவே நீ சிரிக்காயோ

கோதை எனைக் காயாதே
கொற்றவரைக்காய் வெண்ணிலா
இருவரையும் காயாதே
தனிமையிலே காய் வெண்ணிலா     (அத்திக்காய்)


## காய் பொருள்

அந்த திக்காய் காய்...
ஆகாயத்தில் காய்கின்ற வெண்ணிலவே
இத் திக்காய் காயாதே
என்னுயிரும் நீயல்லவோ

கன்னிக்காக ஆசைக்காக
காதல் கொண்ட பெண்ணுக்காக
அங்கே காய் கணவனைக் காய்
மங்கை எந்தன் மன்னனைக் காய்

மாது உள்ளம் காய் ஆனாலும் (கனியாவிட்டாலும்)
என் உள்ளம் காய் ஆகுமோ (கனிந்து விட்டது)
என்னை நீ காயாதே என்னுயிரும் நீயல்லவோ

இரவுக்காக உறவுக்காக ஏங்கும்
இந்த ஏழைக்காக நீயும் காய்
ஒவ்வொரு நாளும் காய்...
முன்னால் நிற்கும் இவளைக் காய்...
உருவம் காய் போல் கடினமாகக் காட்சி தந்தாலும் பருவம்
காயில்லை. என்னைக் காயாதே, நீயும் என்னைப் போல்
பெண் தானே...

ஏலக்காய் வாசம் போல்
எங்கள் உள்ளம் வாழக் காய்
ஜாதிக்காய் வைத்த பெட்டியை போல் வாசனை உடன்
தனிமையில் இன்பம் காணக் காய்
சொன்னதெல்லாம் விளங்க மாட்டாயோ
தூது வழங்க மாட்டாயோ வெண்ணிலா
என்னை நீ காயாதே என்னுயிரும் நீயல்லவோ

உள்ளம் இளக மாட்டாயோ
ஒவ்வொரு பேச்சு உரைக்காதே
வெள்ளரிக் காய் பிளக்க முத்து சிந்துவது போல்
வெண்ணிலவே நீ சிரிக்காயோ
பெண் என்னைக் காயாதே
என் மன்னனைக் காய் வெண்ணிலா
இருவரையும் காயாதே
தனியப் போய்க் காய் வெண்ணிலா

# பவளக்கொடி

*(ஆக்கம் கல்லடி வேலுப்பிள்ளை)*

பருத்தித்துறை ஊராம்
பவளக்கொடி பேராம்
பாவைதனை ஒப்பாள்
பாலெடுத்து விற்பாள்
அங்க வைப்போர்
நாளில்
அடைந்த துயர் கேளீர்
பாற் குடம் சுமந்து
பையப் பைய நடந்து
சந்தைக்கு போம் போது
தான் நினைத்தாள் மாது
பாலை இன்று
விற்பேன்
காசைப் பையில்
வைப்பேன்
முருகரப்பா வீட்டில்
முட்டை விற்பாள்
பாட்டி
கோழி முட்டை வாங்கி
குஞ்சுக்கு வைப்பேனே
புள்ளிக் கோழிக் குஞ்சு
பொரிக்கும் இரண்டஞ்சு
குஞ்சுகள் வளர்ந்து
கோழியாகும் விரைந்து
விரைந்து வளர்ந்திடுமே
வெள்ளை முட்டை
இடுமே

"

முட்டை விற்ற காசை
முழுதும் எடுக்க ஆசை
வண்ணச் சேலை சட்டை
மாதுளம் பூத் தொப்பி
வாசனைச் செருப்பு
வாங்குவேன் விருப்பு
வெள்ளைப் பட்டுத்தி
மினுங்கும் தொப்பி போட்டு
கைகள் இரண்டும் வீசி
கதைகள் பல பேசி
சந்தைக்கும்போவேனே
அரிய மலரும் பார்ப்பாள்
அம்புஜமும் பார்ப்பாள்
பூமணியும் பார்ப்பாள்
பொற்கொடியும் பார்ப்பாள்
சரிகைச் சேலை பாரீர்
தாவணியைப் பாரீர்
பாரும் பாரும் என்று
பவளக் கொடி நின்று
சற்றுத் தலை நிமிர்ந்தாள்
தையல் என்ன செய்வாள்
பாலும் எல்லாம் போச்சு
பாற் குடமும் போச்சு
மிக்க துயரோடு
வீடு சென்றாள் மாது
கைக்கு வருமுன்பே
நெய்க்கு விலை பேசேல்

## கைக்கு வருமுன்பே

ஈழத்துக் கவி கல்லடி வேலுப்பிள்ளையின் 'பருத்தித்துறை ஊராம் பவளக்கொடி பேராம்' என்னும் இந்த பாடல், பாலர் பருவத்தில் இருந்தே என் நெஞ்சில் படிந்தது என்றால் அது மிகையில்லை.

அளவில்லா ஆசையும், ஒரு பொருள் கையில் கிடைக்கும் முன்னே கற்பனைக் கோட்டை கட்டுவதும் பெருமை கொள்வதும் என்றும் சிறந்தது அல்ல என்பதை இப்பாடல் அழகுற எதுகை மோனையுடன் எளிமையாகத் திறம்பட விளக்குகின்றது.

பேராசை பெரு நட்டம்!

(இலங்கையிலே யாழ்ப்பாணத்திலே பருத்தித்துறை பிரசித்திப் பெற்ற ஒரு ஊராகும்).

# என்றும் எங்கே?

கண்ணனும் கீதையும்
தந்ததும் அன்றும்...

இரவும் பகலும்
வருவதும் இன்றும்...

பார்த்…தன் செயலும்
அன்றி என்றும்...

எங்கே?

# அம்மானால்!

மாண்புமிகு மன்னவன் மனைவி மாற்றானிடம்
மாட்டியதும்...

மாவீரமுள்ள மருகன் மற்றதெல்லாமிழந்து
மதிகெட்டழிந்தும்...

அம்மானால்!!

இராமாயணம் ஒன்று!
மகாபாரதம் மற்றொன்று!

# அந்தரங்கம்...

அந்நாளில் அழகிய அம்மானும்,
அங்கிருந்த அம்மணியை
அண்மித்து,
அவள் அகத்தை அசத்தி,
அவாவெழுப்பி அகன்றதும்...

*(அம்மானின் அந்தரங்கம்!)*

மாய மானின் மந்தாரத்தால்,
மட-மாதும் மதிமங்கி,
மருகிய மன்னவனிடம்
மன்றாடியதும்,
மசிந்தவனும் மனைவி மனம் மகிழ்விக்கவே,
மானிடமறிந்து மடக்குவேனென,
மாயமறியாமல் மனைவிடுத்து மறைந்ததும்...

*(அம்மானின் அந்தரங்கம்!)*

மணிக்கணக்காக மாலையிட்ட மணாளனும்
மானிடமோடி மாய்ந்திட, மங்கை மனமேங்க,
மறுபுறமோ மர்ம மான் மாரீசனும்...
மன்னனம்பு மார்பிலேந்தி மாழும் முன் மானிடனாட்டம்
மாறுகுரலில் மாறி மாறி
மற்றவனையழைத்து மடிந்ததும்...

*(அம்மானின் அந்தரங்கம்!)*

அண்ணன் அலறலின் அர்த்தம் அறியாமல்,
அவன் அகமோ அவதியுற...

அல்லலூற்ற அண்ணியாரும் அமைதியிழந்து,
ஆணையொன்றை அந்ததரமாய் அதட்டியதும்...

(அம்மானின் அந்தரங்கம்!)

மருண்ட மதனியை
மரியாதையுடன் மத்தியிலமர்த்தி,
மண்ணில் மந்திர மறையிட்டு,
மர்மமறிய மச்சுனனும் மட மடவென்று
மறுதிசையில் மறைந்ததும்...

(அம்மானின் அந்தரங்கம்!)

மதங்கொண்ட மாற்றானும்
மங்கையிடம் மையலுற்று,
மாறுவேடத்தில் மாயஜாலமிட...
மாண்புமிகு மட- மாதும் மனமிரங்கி,
மைத்துனன் மொழிந்தவை மறந்து,
மண்ணிலிட்ட மறைதனை மதியாது மீறியதும்...

(அம்மானின் அந்தரங்கம்!)

ஆழி ஆழம் அளந்த அச்சுறுத்தும் அரக்கனும்,
அத்தருணம் அவள் அருகில் அணுகி...
அஞ்சிய அவளை அலாக்காய் அள்ளிக்கொண்டு
ஆகாயத்தில் அஸ்தமித்ததும்...

அன்று அவளொருத்திக்கிழைத்த
அநீதி அறிந்த ஆத்திரத்தால்,
அம்மானின் அகம் அதின்
அந்தரங்க அச்சதியால் அன்றோ...!

# சந்தத்தில் கம்பன் சொன்ன சங்கதி

கானகத்தில் ஆண் அழகன் ஒருவனைக் கண்டுவிட்டாள் சூர்ப்பனகை. அவன் திவ்விய தோற்றம் அவளை வெகுவாக கவர்ந்திட அவனிடம் மையலுமுற்றாள். தன் சுய உருவில் சென்றால், இவனை மயக்க முடியாது என்பதை அவளும் அறிவாள். எழில் மிகு இளம் நங்கையாக உருமாறி, இராமன் இருக்கும் திசை நோக்கி, அவன் கவனத்தை தன்னிடம் ஈர்க்கும் விதமாக நடையிட்டாள்.

சூர்ப்பனகை நடையை கம்பன் உரைக்க கேளுங்கள்.

> பஞ்சி ஒளிர் விஞ்சு
> குளிர் பல்லவம் அனுங்க
> செஞ் செவிய கஞ்சம்
> நிகர், சீறடியள் ஆகி
> அம் சொல் இள மஞ்ஞை என
> அன்னம் என மின்னும்
> வஞ்சி என நஞ்சம் என
> வஞ்ச மகள் வந்தாள்

இந்த பாடலின் கருத்து யாது எனில், பஞ்சு போன்ற, ஒளி வீசும், குளிர்மையான இளந் தளிர்களை மிஞ்சிய, செக்க சிவந்த தமரைக்கு நிகரான அவளது பாதங்கள் வலித்திடும் போல், அவள் சிறிய சிறிய அடிகளாக மெல்ல மெல்ல வைத்து... இனிமையாக அகவும் இளம் மயிலைப் போல... அன்னத்தைப் போல... வசீகரிக்கும் வஞ்சிக் கொடி காற்றில் அசைவது போல... மிகவும் அழகாகவும் மென்மையாகவும்... ஆனால் விஷம் போல் தீய பெண் நடந்து வந்தாள்.

கம்பனும் தமிழ்ச் சுவை தழும்ப அழகாக அவள் அழகை முன் உரைத்து, பின் தீயவள் வந்தாள் என்று அவள் சுயகுணத்தைத் தெளிவு படுத்துகிறான்.

சூர்ப்பனகை உள்ளம் சொக்கி இராமனை மயக்கி விடவே அவனை நோக்கி எழில் பொங்க நடந்து வருகிறாள். அவளது அந்த நடை தான் மிக மிக மென்மையானவள் போல் காட்டுவதற்காக மெதுவான மிருதுவான சிறு சிறு அடிகளாக இருக்கின்றது என்கின்ற கம்பன், தன் பாட்டின் நடையில் சொற்களின் சந்தங்களினால் அவள் நடையில் ஒலி எழுப்புகிறான். இப்பாடல் வரிகளை வாயில் உச்சரிக்கும் போது ஒலிக்கும் சத்தத்தில் அங்கே மென்மை காணவில்லை.

சூர்ப்பனகை இராமனைக் கவர்ந்து ஈர்த்திட தழுக்கிக் குலுக்கி நடந்து வருகிறாள் என்பதை சொல் கொண்டு அல்ல, அதன் சந்தங்களைக் கொண்டு அல்லவா உரைத்துள்ளான் கம்பன். முன்னர் சீதையின் நடையை வர்ணிக்கும் போது அங்கே அவனது சொல் சந்தங்களில் அந்தச் சத்தங்கள் இல்லை.

**பொன்னின் ஒளி பூவின் வெறி சாந்து பொதி சீதம்**
**மின்னில் எழில் அன்னவள்தன் மேனி ஒளி மான**
**அன்னமும் அரம்பையரும் ஆர் அமிழ்தும் நாண**
**மன் அவை இருந்த மணி மண்டபம் அடைந்தாள்**

மிகுந்த எழிலுடன் மெதுமையான சீதை, மென்மையாக நடந்து மணி மண்டபம் அடைகிறாள் என்பதை அமைதியான சொல் சந்தங்கள் கொண்டு உரைக்கிறான் கம்பன்.

சீதை அகத்திலும் புறத்திலும் வேறு வேறானவள் இல்லை என்பதை கம்பனின் சொல் சந்தங்கள் கூடக் கூறவில்லை. சூர்ப்பனகையோ அகத்தில் ஒன்று புறத்தில் ஒன்று என வேறானவள். அதுவே அவளது தீய குணம்.

பொதுவாக நெஞ்சில் வஞ்சம் கொண்டோர் தான் அகம் ஒன்று புறம் ஒன்றாய்த் தெரிவார், பேசுவார். கம்பன் காவியத்தில் மாரீசன் பொன் மானாகத் தோன்றுகிறான். இலங்கேசன் சீதையைக் கவர்ந்து செல்ல வயதான சாமி வேடத்தில் வருகிறான். அகம் ஒன்று, புறம் ஒன்று இருப்போரிடம் நன்மை ஏதுமில்லை. தீமையே தனித்து நிற்கும். ஆதலால் தான் திருவருட்பாவில்,

'உள்ளொான்று வைத்து புறம் ஒன்று பேசுவார்
உறவு கலவாமை வேண்டும்' என்கிறார் வள்ளலார்.

'வஞ்ச மனத்தான் படிற்றொழுக்கம்
பூதங்கள் ஐந்தும் அகத்தே நகும்'

எனும் திருவள்ளுவர் கூற்றின் படி, தீய குணத்தை வெளியே உள்ள மற்றவர்கள் அறியாவிடினும் உடல் உள்ளே கலந்து இருக்கும் ஐம்பூதங்களும் அதை அறியும், எள்ளி நகைக்கவும் செய்யும் என்பதே ஆகும்.

சூர்ப்பனகை மனதினுள் ஒளிந்து இருக்கும் உட்வேகத்தை, சொல் சந்தங்களின் கோலத்தில் கம்பன் எச்சரிக்கிறான் போலும்.

அவன் இந்த நடையாக்கத்தில் தானும்,
"திருத்தக்கதேவரிடம் இருந்து ஒர் அகப்பை மென்று கொண்டேன்," என்கிறான்.

ஐம்பெரும் காப்பியங்களில் ஒன்றான சீவக சிந்தாமணியில், திருத்தக்கதேவர் சுரமஞ்சரியின் நடையை அழகுடன் இத்தகைய சொற் சந்தங்களுடன் பாடியுள்ளார்.

**சீறடிய கிண்கிணி சிலம்பொடு சிலம்ப**
**வேறுபடு மேகலைகண் மெல்லென மிழற்றச்**
**சேறுபடு கோதைமிசை வண்டுதிசை பாட**
**நாறுமலர்க் கொம்பர்நடை கற்பதென வந்தாள்**

இதன் பொருள் யாதெனில், சிறிய அடியாய் எடுத்து வைக்கும் பாதங்களில் அணிந்துள்ள சிலம்பு ஒலித்திட, இடையில் அணிந்துள்ள மேகலை மெல்லிதாக ஒலி எழுப்ப, அவள் சிகையில் சூடியிருந்த பூவில் சேறு போல் தேனும் மகரந்தமும் கலந்து இருக்க, வண்டுகள் ரீங்காரமிட, நறுமணம் கொண்ட மலர்க்கொடி நடை பயில்வது போல் வந்தாள் என்பதாகும்.

இதைக் கம்பன் கண்டு விட்டால் விட்டு விடுவானா என்ன? இதிலிருந்து ஒரு துளி தொட்டுத் தெளித்து, தேன்சொட்டும் செந்தமிழில் சொல்லாக்கி, சூர்ப்பனகை அவள் நடையாக்கி, இராமன் கதையைக் காவியமாக்கி உள்ளான்.

கம்பன் அவன் சொல்லாக்கமும்,
பொருளாக்கமும், நடையாக்கமும்
என்னவென்று சொல்லவது…
படிக்கப் படிக்க என்றென்றும்
தெவிட்டாது தித்திக்கும் அமுதமே!

# நினைவில் நிலைப்பவை

சிந்தை என்னுள் இன்றும் இனிதாய் சிறகடித்து,
பறந்து பயணிக்குது முந்தை...

எந்தை தோளில் உரிமையுடன் அமர்ந்து,
உல்லாசமாக உலாவிய என் வயது ஐந்தை...

வேந்தை போல் நான் வாழ்ந்ததில்,
ஏது சொல்வேன் ஒரு நிந்தை...

மந்தை மேயும் பரந்த தோட்டம்,
ஆங்காங்கே வான் தழுவும் போந்தை...

சந்தை செல்லும் சல சல மாட்டு வண்டிகள்,
ருசித்து உண்ட முற்றத்து இலந்தை...

பொந்தை கொண்ட அந்த ஆலமரம்,
அதில் நிசியில் முழித்திருக்கும் ஒரு **ஆந்தை**...

**நுந்தை** வீட்டுக் கோடிப் புறம், அங்கே
எறிந்து விளையாடிய பனங்காய்ப் **பந்தை**...

**விந்தை** பலவும் நண்பர்களோடு வியக்கச்செய்ததும்,
அப்பப்பா...
அந்த விபரம் சொன்னால்... என் கதையும் **கந்தை**...!

*(போந்தை ஏனின் இளம் பனைமரம்)*

# சங்கம் தந்த பாடல் - குறுந்தொகை

யாயும் ஞாயும் யார் ஆகியரோ?
எந்தையும் நுந்தையும் எம்முறைக் கேளிர்?
யானும் நீயும் எவ்வழி அறிதும்?
செம்புலப் பெயல் நீர் போல அன்புடை நெஞ்சம்
தாம் கலந்தனவே.

சொற்சுவையும் பொருட்சுவையும் ஒருங்கே அமைந்த குறுந்தொகை. எழுதியவர் பெயர் அறியாததால் செம்புலப்பெயனீரார் என அழைக்கப்படுகிறார்.

*யாயும் ஞாயும் யார் ஆகியரோ?*
என் தாயும் உன் தாயும் யார்?

*எந்தையும் நுந்தையும் எம்முறைக் கேளிர்?*
என் தந்தையும் உன் தந்தையும் எந்த விதத்தில் உறவினர்கள்?

*யானும் நீயும் எவ்வழி அறிதும்?*
நீயும் நானும் எப்படி அறிந்தோம்?

*செம்புலப் பெயல் நீர் போல*
செம்மண்ணில் விழுந்த மழை நீர் போல

*அன்புடை நெஞ்சம் தாம் கலந்தனவே.*
அன்பு கொண்ட நெஞ்சங்கள் ஒன்றோடு ஒன்று கலந்தனவே.

# ஐம் பெரும் காப்பியம் இங்கே தருவேன்
## என ஆசை பெருகுதே!

ஐம்பதில் எப்படி? ஐந்திலேயே **வளையா**
விட்ட இந்த சதிபதி.

**பெரும்** அன்பு அகமிருப்பினும் **சிலப்**
பல விடயங்களில் இவள் **பதி-காரம்**.

**காப்பி 'யம்'** என வெள்ளிக் **குண்டல**
கிண்ணத்தில் தந்திடனும் இந்த **இலங்கேசி**.

**இங்கே** தம்பதி சச்சரவும் **சீவக**
தலையைப் போல் தேன் **சிந்தா**
பேச்சும், நிலைத்திடும் கணக்கில்லா **மணி**.

**"தருவேன்** பவளத்தில் ஒரு **மணி**
மாலை, உன் சிற்றிடையில் அணிந்துக்கொள் **மேகலை**

**என"** அவன் சும்மா கூறவும்
சினம் தொலைந்து அவளுக்கும் அன்புடன்
**ஆசை பெருகுதே**

# நறு முகை சூடி

நறு முகை கொண்டு,
தன்
கரும் சிகை சூடி நல்,

மணி நகை பூண்டு,
எழில்
அதி மிகை கூடி வர,

தாரகை எனக் கண்டு,
அதில்
சிலர் திகை ஓடி வியக்க,

யார் நிகை என்று,
ஒரு
வித வகைக் கோடி பெருமை,

பெருந் தொகை கொண்டு,
சிரம்
அருந் தகை நாடி கொள்ள,

இன் சுகை அகன்று,
பிறர்
அகப் பகை தேடி விடுவதேன்?


## இன்றும் ஒரு சங்கத் தமிழ் பாடல்

கவிப்பேரரசு வைரமுத்துவின் ஆக்கதில் புறநானூறு, குறுந்தொகை, கம்பராமாயணம் மூன்றும் கலந்த இலக்கியச் சுவை பொதிந்த இனிய தமிழ் பாடல்.


நறுமுகையே நறுமுகையே
நீயொரு நாழிகை நில்லாய்
செங்கனி ஊறிய வாய் திறந்து
நீயொரு திருமொழி சொல்லாய்
அற்றைத் திங்கள் அந்நிலவில்
நெற்றித் தரள நீர்வடிய
கொற்றப் பொய்கை ஆடியவள் நீயா


திருமகனே திருமகனே
நீ ஒரு நாழிகைப் பாராய்
வெண்ணிறப் புரவியில் வந்தவனே
வேல்விழி மொழிகள் கேளாய்
அற்றைத் திங்கள் அந்நிலவில்
கொற்றப் பொய்கை ஆடுகையில்
ஒற்றைப் பார்வை பார்த்தவனும் நீயா

மங்கை மான்விழி அம்புகள்
என் மார்த்துளைத்ததென்ன

பாண்டி நாடனைக் கண்ட என் உடல்
பசலை கொண்டதென்ன
நிலாவிலே பார்த்த வண்ணம்
கனாவிலே தோன்றும் இன்னும்

இளைத்தேன் துடித்தேன் பொறுக்கவில்லை
இடையினில் மேகலை இருக்கவில்லை     (நறுமுகையே)

யாயும் ஞாயும் யார் ஆகியரோ
நெஞ்சில் நேர்ந்ததென்ன
யானும் நீயும் எவ்வழி அறிதும்
உறவு சேர்ந்ததென்ன
ஒரே ஒரு தீண்டல் செய்தாய்
உயிர்க்கொடி பூத்ததென்ன
செம்புலம் சேர்ந்த நீர் துளி போல்
அன்புடை நெஞ்சம் கலந்ததென்ன     (திருமகனே)

அற்றைத் திங்கள் அந்நிலவில்
நெற்றித் தரள நீர்வடிய
கொற்றப் பொய்கை ஆடியவள் நீயா

## பொருளும் சுவையும்...

**"நறுமுகையே நறுமுகையே"**
நறுமுகை முதல் வார்த்தையே மனதை ஈர்க்கின்றது. நறு
நறுமணம், வாசனை. முகை என்பது அரும்பிற்கும் பூவிற்கும்
இடைப்பட்ட பருவம். பூக்கள் முழுமையாகப் பூக்குமுன்னர்
பல்வேறு பருவ நிலைகளில் இருக்கும். அவையாவன,

அரும்பு - தோன்றும், அரும்பும் பருவம்.
நனை - அரும்பு வெளியே தெரியும் பருவம்.
முகை - நனை முத்து போல் வடிவம் எடுக்கும் பருவம்.
மொக்குள் - வாசனையின் உள்ளடக்க நிலை.
முகழ் - வாசனையுடன் முகிழும் பருவ நிலை.
மொட்டு - கண்ணுக்குத் தெரியும் மொட்டு.
போது - மொட்டு மலரும் தறுவாயில் இருக்கும் பருவ நிலை.
மலர் - விரியும் பூ.
பூ - பூத்த பூ.
வீ - உதிரும் பூ.
பொதும்பர் - பல பூக்கள் பூத்துக் குலுங்கும் நிலை.
பொம்மல் - உதிர்ந்து கிடக்கும் புதுப் பூக்கள்.
செம்மல் - உதிர்ந்த பூ செந்நிறமாக மாறி அழுகும் நிலை.

முகை எனும் சொல் சங்க காலத்தில் உபயோகத்தில் இருந்தது.
முகை கொண்ட திருக்குறள்!

'முகை மொக்குள் உள்ளது நாற்றம் போல்
பேதை நகை மொக்குள் உள்ளதொன்று உண்டு'

முகை வாசனையை உள்ளடக்கி வைப்பது போல், பெண்ணும் இனிய நகைப்பையும் உள்ளடக்கி வைத்திருப்பாள். இதுவே இதன் பொருளாகும்.

"நறுமுகையே" எனின் வாசம் வீசக்கூடிய பூக்கப் போகும் பூவே என்பதாகும்.

**"நீ ஒரு நாழிகை நில்லாய்"**
நாழிகை என்பது பண்டைய கால நேர அளவு ஆகும். பகலில் முப்பது நாழிகைகள், இரவில் முப்பது நாழிகைகள் உள்ளன. கணக்கிட்டால்,

60 நாழிகைகள் = 1 நாள் = 24 × 60 நிமிடங்கள

ஆகவே,

1 நாழிகை = 24 × 60 நிமிடங்கள்/60 × 1 நாழிகை எனவே,

1 நாழிகை = 24 நிமிடங்கள்

நாயகன் நாயகியை ஒரு நாழிகை நிற்கச் சொல்கின்றான்.

**"செங்கனி ஊறிய வாய் திறந்து"**

சிவந்த பழத்தின் சாயம் ஊறிய அவளது உதடுகளைத் திறந்து.

**"நீ ஒரு திருமொழி சொல்லாய்"**

ஒரு நல் வார்த்தை சொல்.

அடுத்த வரி, பாரி மகளிர் பாடிய புறநானூற்றை அண்டியுள்ளது.

**"அற்றைத் திங்கள் அந்நிலவில்,**
**நெற்றித்தரள நீர் வடிய,**
**கொற்றப் பொய்கை ஆடியவள் நீயா"**

அன்றைய தினம் இரவில் நிலவு ஒளியில்,
சிகையிலிருந்து நெற்றியில் நீர் வழிய,
கொற்ற-அரசனுக்கு உரித்தான குளத்தில் நீராடியவள் நீயா என
நாயகன் நாயகியிடம் கேட்கிறான்.

அதற்கு நாயகியும், பின் வருவனவற்றை அவனிடம் கேட்கிறாள்.

**"திருமகனே திருமகனே"**

திருமால் திருமகளின் புதல்வனே திருமகன், அதாவது மன்மதன்.
மன்மதனே என விளித்து,

"வெண் நிற புரவியில் வந்தவனே"
வெள்ளை நிறக் குதிரையில் வந்தவனே,

"வேல்விழி மொழிகள் கேளாய்"
வேலை ஒத்த கூரிய அவள் கண் பேசுவதைக் கேட்பாய்
என்கிறாள். அவள் வாயால் உரைக்கவில்லை கண்கள்
உரைப்பதைக் கேட்கச் சொல்லுகிறாள்.

"அற்றைத் திங்கள் அந்நிலவில்"
மீண்டும் பாரி மகளிர் வரிகள்.

"கொற்றப் பொய்கை ஆடுகையில்"
அரசனுக்கு உரிய குளத்தில் நீராடுகையில்,

"ஒற்றைப் பார்வை பார்த்தவனும் நீயா"
தற்செயலாக ஒரு தரம் பார்த்தவன், அந்த நிலையில் மறுபடியும்
பார்ப்பது முறை தவறியது. ஆகவே அவன் ஒற்றைப் பார்வை
மட்டுமே பார்த்தான்.

"மங்கை மான் விழி அம்புகள்
என் மார்துளைத்ததென்ன"
இளம் பெண்ணின், மான் போல் மருட்சியும், கவர்ச்சியும் உடைய
விழிகள் அம்புகளாக அவன் இதயத்தைத் துளைத்ததாம்.

"பாண்டி நாடனைக் கண்ட என் உடல்
பசலை கொண்டது என்ன"
பாண்டிய நாட்டு மன்னன், அவனைக் கண்டதும், அவளுக்கு
பசலை எனும் காதல் நோய் வந்து விட்டதாம்.

"நிலாவிலே பார்த்த வண்ணம்
கனாவிலே தோன்றும் இன்னும்"
நிலவின் ஒளியில் அவளைக் கண்ட காட்சி அவனுக்கும்
கனவில் இன்னும் வருகிறதாம்.

"இளைத்தேன் துடித்தேன் பொறுக்கவில்லை"
அவளும் காதல் நோயால் உடல் மெலிந்து, துடித்துப் பொறுக்க
முடியாமல் தவித்தாளாம்.

"இடையினில் மேகலை இருக்கவில்லை"
இந்த வரி கம்பராமாயணத்தை நினைவுறுத்துகின்றது.

அங்கே அண்ணனும் நோக்கினான். அவளும் நோக்கினாள்.
ஆனால் அவள் அப்பனும் சிவ தனுசைத் தூக்கி நாணிடுபவன்
ஏவனோ அவனே மாப்பிள்ளை என்றார். சுயம்வரத்திற்கு
வந்தவர்களோ அனேகர். நெஞ்சு பதை பதைக்க, சீதை அவளும்
காத்திருந்தாள்.

ஸ்ரீராமனும் சிவ தனுசை கரம் தொட்டு, சிரம் மேல் தூக்கி...
நாணிட்டு, வளைத்திட... வில்லும், முறிந்து விட்டிட... ஜனகனும்
அவனே மாப்பிள்ளை என்றார். தோழியும் இத்தகவலுடன்
அந்தப்புரம் சென்று சீதையின் செவியில் செப்பிட, பூரிப்பில்
சீதையின் எடை கூடி, இடையில் அணிந்திருந்த மேகலையும்
அறுந்து விழுந்தது எனக் கம்பன் கூறுகின்றான்.

இங்கே இந்த பெண்ணோ பசலை எனும் காதல் நோய் கொண்டு,
உடல் மெலிந்து இருந்தாள். அவள் அணிந்திருந்த மேகலையும்
இடை விட்டு நழுவி விழுகின்றதாம்.

இனி வரும் வரிகளில் பிரபலமான ஒரு குறுந்தொகைப் பாடலின் தாக்கம் உள்ளது.

"யாயும் ஞாயும் யாராகியரோ?
நெஞ்சில் நேர்ந்தென்ன"
உன் தாயும் என் தாயும் யார் யாரோ எனினும் இருவர் நெஞ்சங்களும் ஈர்க்கப்பட்டன.

"யானும் நீயும் எவ்வழி அறிதும் உறவு சேர்ந்தது என்ன"
நானும் நீயும் முன்னே அறிமுகம் அற்றவர்கள். ஆயினும் எமக்கிடையே அன்பான உறவு ஒன்று உருவாகியுள்ளது.

"ஒரே ஒரு தீண்டல் செய்தாய்
உயிர்க்கொடி பூத்தது என்ன"
ஒரே ஒரு முறை அவன் பார்வையால் அவளைப் பார்த்தும் அவள் உள்ளத்தில் உயிர் போல் காதல் பூத்ததாம்.

"செம்புலம் சேர்ந்த நீர்த்துளி போல்
அன்புடை நெஞ்சம் கலந்ததென்ன"
செம்மண்ணுடன் சேர்ந்த நீர் போல் அன்புள்ள நெஞ்சம் இரண்டும் கலந்தன.

இப்பாடலை எத்தனை முறை கேட்டாலும் சலிப்பதில்லை.
கேட்கக் கேட்க
    சுவை கொட்டுது...!
        இன்பம் சொட்டுது...!
            தமிழ் தாகம் தட்டுது...!
                தேடி நெஞ்சம் எட்டுது...!

மறைந்திடாது!

இரவி கண்ணிலே
சற்று மறைந்து நின்றாலும்,

அவன் விண்ணிலே
விட்டு எறியும்

கதிர் ஒளி, வெண்ணிலே
அம்மதியைத் தொட்டு,

இந்த மண்ணிலே
பட்டுத் தெறிக்கும்,

எம் கண்ணிலே
இரவில்!

# பார் எங்கும் கேள்...
## வேள் பாரி கதை சொல்ல

முல்லைக்குத் தேர் தந்தவன் வேள் பாரி.
வள்ளல் என்று பெயர் பெற்றவன்.
மாரி பொழியும் பறம்பு
மலை உச்சியில் நின்றவன்.
தேவாங்கு குறி சொல்லக் கேட்டவன்.
குறிஞ்சி தேசம் நெஞ்சில் தாங்கியவன்.
வீரமும் வளமும் செழிப்புற ஆண்டவன்.

வாய்மை தவற வில்லை
அரசன் என்ற அகங்காரமும் அவனிடமில்லை.
மக்களுக்கு மகானானான் மன்னன் என்றானில்லை,
மகிழ்ச்சிக்கும் அங்கே குறைவில்லை.

கொற்றவை கூத்தும் அங்கு பிரசித்தம்!
வெற்றிக்கும் அவை
ஏற்றவை என்பதே அவன் சித்தம்.

அவன் பெற்றவை இரண்டு
அங்கவை! சங்கவை!
பார் சொல்லும் பாரி மகளிர் இருவர்.

வீற்றவர் அவை அதில்,
கொற்றவன் பாரி அன்பிற்கு
உற்றவராகி, அவன் நட்பையும்
பெற்றவராகி இருந்தவர்
கபிலர் என்னும் புலவர்.

அற்றைத் தினத்தில் ஆற்றல் மிகு
கொற்றவன் வேள் பாரியும்,
உற்றவை எல்லாம்
மற்றவருக்கு வழங்கினான் எனினும்,
அற்றவன் ஆகினானில்லை.

அவன் தேசம் பற்றவே
மூவேந்தரும்
தீவிரம் கொண்டனரே!

போரிட்டு
வெற்றி கொள்வதற்கோ
வக்கற்று நின்றனரே!

சீற்றம் கொண்டு
கற்றவை மறந்து
ஒற்றைச் சதியும் தீட்டினரே!

மற்ற வேடம் பூண்டு
வாயற வேள் பாரி
அவன் புகழும் பாடினரே!

பின்னர்
அவன் நேசம் கொண்ட குறிஞ்சி தேசமும்
அவன் தேகம் வாசம் கொண்ட உயிரையும்
ஒருங்கே பெற்ற பரிசு என்று கேட்டனரே!

அவ்வாறே
வள்ளல் வேள்பாரியும்
மண் விட்டு விண் எய்ய...
பாரி மகளிரும் பெரிதவித்தனரே!

மூவேந்தரும் கொண்ட கொட்டம்
எங்கே அடங்கினர்.

"பாரி மகளிருக்கு ... அங்கு
எவன் பதி என்று ஆகிறானோ.
அவன் கதியோ... அதோ கதி!" என்றனர்.

கபிலர் பாசத்துடன்
பக்க பலமாய் துணை இருப்பினும்
பாரி மகளிர் வேதனையில்
மலையையும் இழந்தோம்
தந்தையையும் இழந்தோம்
எனக் கலங்கி தங்கள் நிலை கூறிப் பாடினர்.

### புறநானூறு

அற்றைத் திங்கள் அவ்வெண் நிலவில் எந்தையும்
உடையேம் எம் குன்றும் பிறர் கொளார்

இற்றைத் திங்கள் இவ் வெண் நிலவில் வென்று எறி
முரசின் வேந்தர்  எம் குன்றும் கொண்டார் யாம்
எந்தையும் இலமே

(அந்த மாதத்தில், இந்த வெண்ணிலவில் எம் தந்தையை உடையவராயும்
இருந்தோம். எம் குன்றினையும் பிறர் கைக்கொள்ளவில்லை. இந்த
மாதத்தில் இவ் வெண்ணிலவில் மூவேந்தர்கள் எம் குன்றையும்
கவர்ந்து கொண்டனர். நாம் தந்தை இல்லாதவராகவும் ஆகினோம்.)

கபிலர் தலைமையில்
முன் நிற்க...
குறுநில மன்னன் மலையன்
அங்கவை கைபற்ற...
மூவேந்தரும் பின் வந்து
அவன் உயிர் பற்றினர்...
அங்கேயே அங்கவையும்
உயிர் வற்றினாள்...

கபிலரும் இறுதியில்
கையாலாகாதவராய் விட்டார்.
சங்கம் போற்றி பாடும்
ஒளவையும் அங்கே வந்தார்.
சங்கவை சந்தோஷம்
தன் கையில் என்றார்...
இரகசிய இரகசியமாய்
திருமணம் முடிவாக்கி பந்தலிட்டார்.
அந்த மூவேந்தருக்கும்
அழைப்பு ஓலையும் இட்டார்.

இச்சங்கதியும் தெரியா அவ்வேந்தர்களும்...
இங்கிதம் என வந்து வாழ்த்தி விட்டு
அங்கு கண்டவை...
மணப்பெண்ணும் சங்கவை!

வஞ்சம் தீர்க்க வழி அற்று விழித்தனர்
சேர சோழ பாண்டியர்.
வாயார "வாழ்க!"
என வாழ்த்தி விட்டு,
வீழ்த்துவது ஏது?

பெண் புத்தி பின் புத்தி!
பின்னால் நடப்பதை
முன்னால் யோசித்து
பெண் ஆளும் யுக்தி!

ஒளவை...**யார்**...சும்மாவா?
சங்கத் தமிழ் புகழ் பெற்ற
பெண் சக்தி!

சங்கவையும் கொண்டாள் தெய்வீகனிடம்
பதி பக்தி!
அவர்கள் இருவர் வாழ்க்கையும்
அங்கே சித்தி!

# எங்கே... எங்கே?

வாழ்க்கை வட்டம்
முடிவதுவும் எங்கே?
இன்ப துன்பம்
நிலைப்பதுவும் எங்கே?
நன்மை தீமை
காண்பதுவும் எங்கே?
தன் நிலை மாறா
பொருளும் எங்கே?
இளமை காண
முதுமையும் எங்கே?
பழமை ஆகா
புதுமையும் எங்கே?
காமம் இல்லா
காதலும் எங்கே?
அன்பில் ஆலம்
அறிவதுவும் எங்கே?
அளவில்லா ஆசை
அடங்குவதுவும் எங்கே?
அலை பாயும் மனம்
ஓய்வதுவும் எங்கே?
ஒன்று இல்லா
மற்றொன்றும் எங்கே?
அழியாத ஒன்று
உள்ளதும் எங்கே?

உற்றவை யாதும்
பற்றுதலும் எங்கே?
கற்றவை யாவும்
மறப்பதுவும் எங்கே?
காலம் ஓடாமல்
நிற்பதுவும் எங்கே?
காலனை வென்ற
மனிதனும் எங்கே?
வாழ்வு கொண்ட
அர்த்தமும் எங்கே?
உள்ளம் தோண்ட
நானும் எங்கே?

# வசிட்டர் வாயால் பிரம்மரிஷி பட்டம்!

*(விசுவம் உலகம் மா பெரும் மித்திரன் நண்பன்.)*

அன்றொரு காலத்தில்
கெளசிகன் என்று பெயர் கொண்டவன்.
அரசனாக புவி ஆண்டவன்.
வசிட்டர் பசு நந்தினியை தானும்
பெற்றிட எண்ணியவன்.
அவரிடம் போரிட்டுத் தோற்றவன்.
பின்னர் வசிட்டர் போல்
தானும் முனிவன் ஆனவன்.
கர்வத்தில் யாருக்கும்
தலை வணங்காதவன்.
விதி வசத்தால்
சதியில் விழுந்தவன்.
மினுக்கிய மேனகையிடம்
காமத்தில் நிலை குலைந்தவன்.
அழகின் அவதாரம் சகுந்தலையை
மகளாகப் பெற்றவன்.
ரம்மியமாய் வளைய வந்த ரம்பைக்கு
கோபத்தில் சாபம் இட்டவன்.
தன் குணத்தால் தன்
தவத்தின் பலனை இழந்தவன்.

சகுந்தலையும் வனத்தில்
தனியே வளர்ந்தவள்.
மகாராஜான் துஷ்யந்தனும்
கானகத்தில் உலா வந்தவன்.

இருவர் கண்களும் சந்தித்திட...
இதயங்கள் மன்மத பாணமும் ஏந்திட...
காந்தர்வ திருமணத்தில்
இருவரும் கலந்திட...
துஷ்யந்தன் நாட்டில் இருந்து
செய்தியும் வந்திட...

"அழைத்துச் செல்வேன் யான் மீண்டும் வந்தே"

என்று ராஜ மோதிரமும்
அவன் தந்திட...
விடை கொடுத்த சகுந்தலையும்
மனம் கலங்கிட...
மன்னவன் நினைவில்
மங்கை மனமும் பறந்திட...
துர்வாச முனிவரும் வந்ததை,
தவறினாள் சகுந்தலையும் அறிந்திட...

துர்வாசர் கோபம் சொல்லவா வேண்டும்,
'நீ நினைத்தவன் உன்னை மறந்திட...!'

சாபம் ஒன்றும் இட்டார்,
அவள் கண்களும் திறந்திட...
அவன் மோதிரமும் ஆற்றில் கழன்டோட,
கடலும் அதை கறந்திட...
அவள் இதயமும்,
அன்றே இறந்திட...

கானகம் நடந்தவை
யாவும் மறந்திட்டான் துஷ்யந்தனும்...
செய்வதறியாது தந்தையிடம்
மனம் திறந்திட்டாள் மடந்தையயும்...
சிரம் சாய்த்து தன் கவர்வம்
அதை துறந்திட்டான் விசுவாமித்திரனும்...

மீனவன் ஒருவன் கையில்
மோத்திரம் காணக் கிடந்தது!
அவன் இழந்த நினைவும்
மீழப் பிறந்தது!
துஷ்யந்தன் சகுந்தலை வாழ்வும்
பின் சாலச் சிறந்தது!

முனிவன் விசுவாமித்திரனும், கடும் தவம் கொண்டான்!
ஆசை விடுத்தான்! காமம் கலைந்தான்!
கோபம் உடைத்தான்! கர்வம் அழித்தான்!
அனைத்தும் துறந்தான்!

**வசிட்டர் வாயால் பிரம்மரிஷி பட்டம்**
கிடைக்கவும் பெற்றான்.

# ஆனந்தம் ஆயிரம் ஆயிரம்!

அயல் அட்டம்
மறந்திட
ஆசைகள் அனைத்தும்
துறந்திட
அகம் அதுவாய்
திறந்திட
அறிவையும் ஆழக்
கறந்திட
அனைத்தும் முன்னே
தெறிந்திட
ஆன்மீகம் வந்து
நிறைந்திட
அகிலம் விட்டு
அறுந்திட
ஆத்மாவும் காற்றில் சுதந்திரமாய்
பறந்திட
அரனுடன் இரண்டறக் கலந்து
செறிந்திட
ஆனந்தம்... ஆனந்தம்... ஆனந்தம்...
அறிந்திட!

# மானிடனே…

பற்று அற்று வாழ்ந்து,
பரனையும் **பற்று**.

**சற்று** சிந்தித்தால்,
சர்வமும் **சிற்று**.

**உற்று** உள்ளம் நோக்கின்,
உலகினர் எல்லாம் **உற்று**.

**சுற்று** உலகம் சூழ இருக்க,
சுகமாய் நீயும் **சுற்று**.

**வேற்று** என்று பார்த்தால்,
வேந்தன் என்ன வேதமும் **வெற்று**.

**விற்று** விட்டால் விவேகத்தை,
வில்லங்கம் எங்கே வற்று.

**தோற்று** விழும் போது,
தோழமையுடன் தோள் கொடுத்து **தேற்று**.

**மற்று** வழிகள் பல உண்டு,
மனதின் நோய்தனை **மாற்று**.

**கற்று** கொண்டால்,
கனதி கூட **காற்று**.

நாற்று பொறுத்து நட்டால்,
நாளை முளைக்கும் **நாற்று**.

குற்று புள்ளி போட்டு விட்டால்,
குறுகி விடும் **கூற்று**.

முற்று என நீ எண்ணி விட்டால்,
முடிந்து விடுமா வாழ்வியல் **மாற்று**.


## பற்று...
பற்று அற்று வாழ்ந்து பரனையும் பற்று!
பற்று அற்று இரு என்று சொன்ன வள்ளுவர் சொன்னதும்
"பற்றுக பற்றற்றான் பற்றினை" என்பதே!

# குறை ஏது?

நிறை கண்ட
பறை கேட்டு,
கறை அகன்று
அறை திறக்க...
முறை தவறாது
மறை ஓதி,
சிறை கொண்ட,
பிறை சூடிய
இறை தொழ...
திறை செலுத்திய
துறை ஓங்கி,
உறை செழிக்க...
குறை ஏது?

* * *


# வேண்டியது வேறில்லையே!

தித்திக்கும் திருவாசகம்...
இதழ் இயம்பவும்...
செவி செல்லவும்...
உள்ளம் உருகவும்...
பக்தி பரவவும்...
பரன் பற்றவும்...
பரவசம் படரவும்...
வேண்டியது வேறில்லையே...!

* * *

# பண்டை(க்) காலம் முந்திய
# ஒருவன் கூட

வண்டை வடிவெடுத்த முனிவன்,
பிருங்கியின் சேட்டையால்…

அண்டை அமர்ந்தவள் அங்கிகாரமில்லாமல்,
அவமானத்தில் ஆத்திரப்பட்டு…

சண்டை இட்டு, தகுதி பெற வேண்டி,
தன்னவனிடம் தவம் இருக்க…

கொண்டை முடி அணிந்தவனும்,
மனம் பாகாய் உருகி…

தொண்டை அதில் கை வைத்தவளுக்கு,
தன்னில் சரிபாதி என்று தந்து விட்டு…

பெண்(டை) வேறு ஒருத்தியை,
ஏன்…

மண்டை மேல் தூக்கி வைத்து,
உலகறிய ஆடுகிறான்…

# புரியவில்லையோ…?

புரியாததைப் புரிந்து புரிந்தால்…

புரிந்தது…
புரியாமல் **இருப்பவர் பலர்.**

புரிந்தது…
புரிந்தும் புரியாமல் **நடிப்பவர் சிலர்.**

புரியாததையும்
**புரிந்து கொள்பவர் புலவர்.**

புரிந்ததில்…
புரியாததைப் புரிந்து…
புரிய(ச்) **சொல்பவர் என்னவர்.**

புரிந்தது…
புரிந்தது என்று…
புரிய **தருபவர் எவர்?**

புரியவில்லையோ…?
**இது என்ன**
புரியாத **புதிரோ!**


(பிற் குறிப்பு: முதலில் எல்லாச் சொற்களையும் சேர்த்து வாசிக்கவும்.
பின் சரிந்த / தடித்த எழுத்துக்களில் உள்ள சொற்களைத் தனித்
தனியே வாசிக்கவும்.)

# புதிர்கள் கேட்டேன்

## 1. மூன்று சிறுவர்கள்

மூன்று சிறுவர்கள் ஒரு தோட்டத்திற்குச் சென்று சில பழங்களைப் பிடுங்கி ஒரு மரத்தின் கீழ் வைத்துவிட்டுத் தூங்கி விட்டனர்.

முதாலாவது சிறுவன் சிறிது நேரத்தில் நித்திரை விட்டெழுந்து அங்கிருந்த பழங்களை மூன்று சம பங்குகளாகப் பிரித்தபோது, ஒன்று எஞ்சியது. அதனை வீசி விட்டுத் தனது பங்கை எடுத்து மறைத்து வைத்துவிட்டு மீண்டும் உறங்கினான்.

இரண்டாவது சிறுவனும் எழுந்து மூன்று சம பங்குகளாகப் பிரித்த போது, ஒன்று எஞ்சியது. அதனை வீசி விட்டுத் தனது பங்கை எடுத்து மறைத்து வைத்துவிட்டு மீண்டும் உறங்கினான்.

மூன்றாவது சிறுவனும் இவ்வாறே செய்தான். பின் மூன்று சிறுவர்களும் நித்திரை விட்டெழுந்து பார்த்தபோது அங்கே சமமாகப் பிரிக்கக்கூடிய பழங்கள் இருந்தன.

இவ்வாறாயின் இவர்கள் தோட்டத்தில் பிடுங்கிய பழங்கள் எத்தனை? (மிகக்குறைந்த தொகையுடைய விடையைத் தருக)

## 2. கலை விழாவிற்கு சென்ற சினேகிதிகள்

கலை விழாவிற்குச் சேர்ந்து சென்ற மூன்று சினேகிதிகளில், சிவகாமி மிக்க அழகி. நீலலோஜனி குறும்புக்காரி. மஞ்சுளா அபார புத்திக்காரி.

நீலப்புடவையில் அங்கு ஒய்யாரமாகக் கதைத்துக் கொண்டிருந்தவளிடம் அவளுடன் வந்த சினேகிதிகளில் ஒருத்தி குறுக்கிட்டு,

"நாங்கள் அணிந்திருக்கும் புடவைகளின் நிறங்களுடன் எம்மூவரின் பெயர்களும் தொடர்புடையதாகினும், மூவரில் எவரும் நம் பெயருக்கு ஒத்த நிற புடவையை அணியவில்லை." என்றாள்.

சினேகிதிகள் ஒவ்வொருவரும் அணிந்த புடவைகளின் நிறங்கள் யாது?


## 3. நூறு ரூபாவுக்கு நூறு பழங்கள்

ஒருவன் சந்தைக்குச் சென்று பழங்கள் வாங்கி வந்தான். அவனது மனைவி,
"ஒவ்வொரு பழவகைகளிலும் எத்தனை வாங்கினீர்கள்" என்று கேட்டாள்.

அவனும் 100 ரூபாவுக்கு 100 பழங்கள் வாங்கினேன்" என்றுரைத்தான். மேலும்
"மாம்பழம் ஒன்று 5 ரூபாய். வாழைப்பழம் ஒன்று 3 ரூபாய். எலுமிச்சைப்பழம் ஒன்று 10 சதம்" என அவற்றின் விலைகளையும் கூறினான்.

அவ்வாறாயின் ஒவ்வொரு பழவகையிலும் அவன் வாங்கிய பழங்களின் எண்ணிக்கை எவ்வளவு?

## 4. தல மகிமை

ஒரு பக்தன் சில பூக்களைப் பறித்துக்கொண்டு, தனது ஊரில் உள்ள மூன்று பிரதான தலங்களை வழிபடப் புறப்பட்டான்.

முதலாவது கோயில் குளத்தில் பூக்களைக் கழுவிய போது, தல மகிமையால் அவை இரு மடங்காயின. அவற்றில் சிலவற்றை எடுத்து அங்குள்ள இறைவனுக்குச் சாத்தினான்.

பின்னர் மிகுதிப் பூக்களை இரண்டாவது கோயில் குளத்தில் கழுவிய போது, தல மகிமையால் அங்கும் அவை இரு மடங்காயின. அவற்றில் சிலவற்றை எடுத்து அங்குள்ள இறைவனுக்குச் சாத்தினான்.

மிகுதியை மூன்றாவது கோயில் குளத்தில் கழுவிய போது அங்கும் தல மகிமையால் அவை இருமடங்காகின. அங்கு அவன் பூக்கள் எல்லாவற்றையும் இறைவனுக்குச் சாத்தினான்.

மூன்று தலங்களிலும் இறைவனுக்குச் சாத்திய பூக்கள் சமன் எனில், அவன் முதலில் கொண்டு சென்ற பூக்கள் எத்தனை? ஒவ்வொரு இறைவனுக்கும் சாத்திய பூக்கள் எத்தனை?

## 5. இரு மரங்கள்

ஒரு தோட்டத்தில் இரு மரங்களில் சில குருவிகள் இருந்தன. முதலாவது மரத்திலிருந்து ஒரு குருவி இரண்டாவது மரத்தில் போய் அமர்ந்தால், அங்கு இருக்கும் குருவிகள் முதல் மரத்தில் இருப்பதை விட இரு மடங்காகிவிடும்.

இவ்வாறில்லாமல், இரண்டாவது மரத்தில் இருந்து ஒரு குருவி முதலாவது மரத்திற்கு வந்தால், இரு மரத்திலும் சம எண்ணிக்கையான குருவிகள் இருக்கும்.

இவ்வாறாயின் ஒவ்வொரு மரத்திலும் முதலில் இருந்த குருவிகளின் எண்ணிக்கை யாது?


## 6. மூன்று ரொட்டிகள்

புகையிரத நிலையமொன்றில் உள்ள தேநீர்க் கடையில் ஒரு சிறிய தோசைக் கல் இருந்தது. இக்கல்லில் ஒரே வேளையில் இரண்டு ரொட்டிகளை மட்டுமே வேக வைக்க முடியும். ஒரு ரொட்டியின் ஒரு பக்கம் வேக ஒரு நிமிடமும், மறு பக்கம் வேக ஒரு நிமிடமும் எடுக்கும்.

புகையிரதப் பிரயாணி ஒருவன், "புகையிரதம் புறப்பட மூன்று நிமிடங்கள் உள்ளன. மூன்று நிமிடத்தில் மூன்று ரொட்டி சுட்டு தரவும்," என்றான்.

அதற்குக் கடைக்காரனும் சம்மதித்து மூன்று ரொட்டிகளை மூன்று நிமிடங்களில் சுட்டுக் கொடுத்தான்.

அவன் எவ்வாறு மூன்று நிமிடங்களில் மூன்று ரொட்டிகள் சுட்டுக் கொடுத்தான்?

## தந்தை சொல்

இந்தப் புதிர்கள் யாவும் எனது தந்தை சி.திலகநாதன், தொகுப்பில் பிரசுகிக்கப்பட்ட, 'விவேகப் புதிர்கள்' என்ற புத்தகத்தில் இருந்து தேர்ந்து எடுக்கப்பட்டவை ஆகும்.

எனது தந்தை ஏழெட்டு வயதுச் சிறுவனாக இருந்த போது, அவர் வீட்டில் புகையிலை பதனிடல் வேலை செய்வதற்காக ஊழியர்கள் இராப் பகலாகத் தங்கி வேலை செய்வது வழக்கம். இவ்வாறு வேலை செய்யும் ஊழியர்கள் தமக்கிடையே பல புதிர்கள் சொல்வதும் விடைகள் கண்டு பிடிப்பதும் வழக்கம். இவர்கள் வாய்வழி சொன்ன புதிர்களைச் செவிவழி கேட்டு, சரியாகப் பதில் சொல்வதில் அச்சிறு வயதிலேயே என் தந்தை ஆர்வம் காட்டினார்.

அவர் தனது பதின்நான்காம் வயதில் புத்தகம் எழுத ஆசை கொண்டார். அவரது முப்பத்தி இரண்டாம் வயதில் இலங்கையில் நடைபெறும் ஐந்தாம் தரப் புலமைப் பரீட்சையின் முதலாவது பயிற்சி நூலை 1975 ஆம் ஆண்டு பல விவேகப் புதிர்கள் உள்ளடக்கிப் பிரசுரித்தார். ஐந்தாம் வகுப்புப் புலமைப் பரீட்சை மாணவர்களுக்கு 'பொது உளச்சார்பு பயிற்சிகளும் பரிட்சைகளும்' எனும் தலைப்பில் வெளிவந்த அவரது நூல் இலங்கையில் பிரசித்தம் பெற்றது.

எனது தந்தையின் பன்னிரண்டாம் வயதினில் அவரின் தகப்பனார் காலமடைய, அவரின் தாயார் மிகவும் மன வேதனையில் இருந்தார். அப்போது எனது தந்தைக்கு கடவுள் சித்தமாக அவரின் தந்தையாரின், 'ஜீவப் பிரம்மைக்ய வேதாந்த ரஹஸ்யம்' எனும் புத்தகமும், ஒரு யோகியின் சரித்திரப் புத்தகமும் கிடைத்தது. அதிலுள்ள தத்துவங்களை வாசித்தறிந்து, அச்சிறு வயதில் தன் தாயைத் தேற்றியுள்ளார். உடன் பிறந்த இளைய சகோதரனையும் வழி நடத்தினார்.

ஒருமுறை பள்ளிப் பரீட்சைக் காலத்தில், எவ்வாறு எல்லாவற்றையும் கற்பது என நான் அஞ்சினேன். யாராவது சொல்லித் தந்தால் இலகுவாக இருக்கும் என எண்ணி என் தந்தையை நாடினேன். அவரும் பரீட்சைக்கு எத்தனை பாடங்கள், எவ்வளவு நாட்கள் என்ற விபரம் கேட்டு நேர அட்டவணை தயாரிக்கக் காட்டித் தந்தார். பாடம் சொல்லி தருவாரென எதிர் பார்த்த எனக்கு வியப்பாக இருந்தது. இருப்பினும் அந்த நேர அட்டவணை எனக்கு மிகவும் கைகொடுத்தது.

என் தந்தை எனக்கு சொன்ன சில அறிவுரைகள்…

ஒவ்வொரு விடையத்திலும் ஆழமான உண்மையைக் கண்டறிய வேண்டும்.

வெற்றிகள் கிடைத்தவுடன் முயற்சிகளை நிறுத்த வேண்டாம். இடைவிடாது முன்னேற முயற்சித்துக் கொண்டே இருக்கவேண்டும்.

பிரச்சனைகள், தோல்விகள் வரும் போது முதலில் வேறு வழிகளில் முழு முயற்சி செய்ய வேண்டும். அதுவும்

பிழைத்தால், அது உன் கர்மா என ஏற்று, கவலையை அகற்றி அமைதி அடைய வேண்டும்.

ஒரு மாணவன் எப்போது முழு மனதுடன் தயாராகின்றானோ, ஆசிரியர் அவனைத் தேடி வருவார். வேண்டிய நூல்களும் அவனிடம் வந்து சேரும்.

'தந்தை சொல் மிக்க மந்திரம் இல்லை!'

# சொல்லக் கேட்பது

*மனிதன் சொல்ல இறைவன் கேட்பது*
**திருவாசகம்**
*இறைவன் சொல்ல மனிதன் கேட்பது*
**கீதை**
*அருளாளன் சொல்ல ஞானிகள் கேட்பது*
**திருவருட்பா**
*ஞானிகள் சொல்ல ஞானிகள் கேட்பது*
**திருமந்திரம்**
*மகன் சொல்ல மகேசன் கேட்பது*
**பிரணவம்**
*பெண் சொல்ல ஆண் கேட்பது*
**இல்லறம்**

(தழுவல் இணையதளம்)

# அவசரமும் அவசியமுமாய்

அவசரமும் அவசியமுமாய் அவர் அவர்
வாழ்க்கையில் இயந்திரமாய் ஓடுகையில்...
ஆறுதலாக இருக்கவும், அண்ணார்ந்து நோக்கவும்,
நேரம் காணாது போகையில்...

உலரும் அதிகாலை வேளையில்
முழுமதியும் அங்கே கண்டேன்!

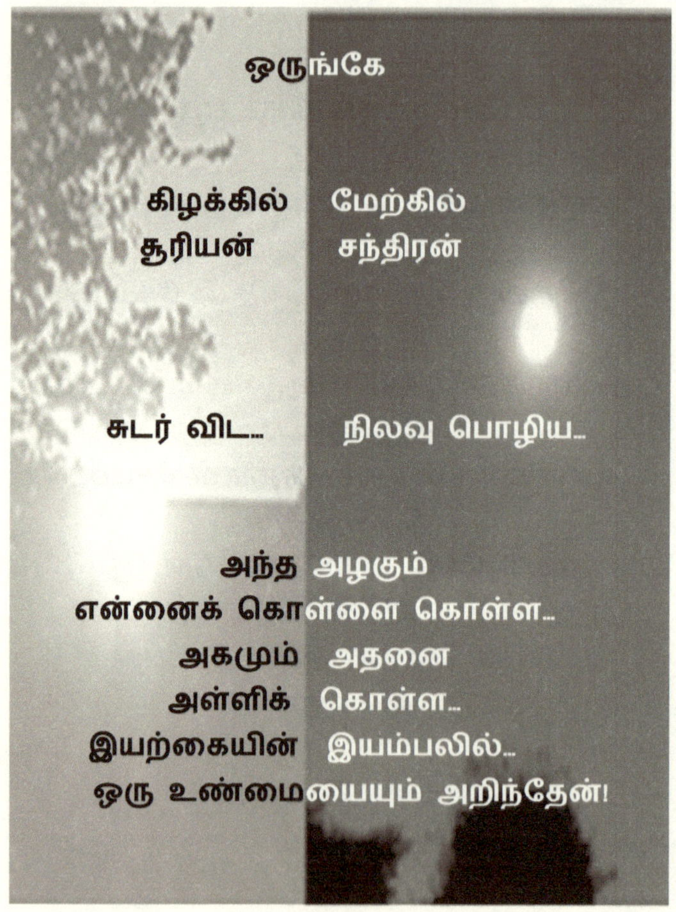

விண்ணின் விடியல ஆதவன் தந்தது...
வாழ்வின் விடியல் என் தந்தை தந்தது!
நட்ட நடு நிசியிலும் தான் காய்ந்து...
இதம் பொழிவது மதி மட்டுமா? மாதாவுமே!

எந்தையே! இருள் போக்கி
ஒளி அளிக்கும் வழி காட்டி!
எந் தாய் தரும் அன்புக்கு
ஆதி அந்தம் ஏது?
அவள் அரவணைப்புக்கு ஈடேது?

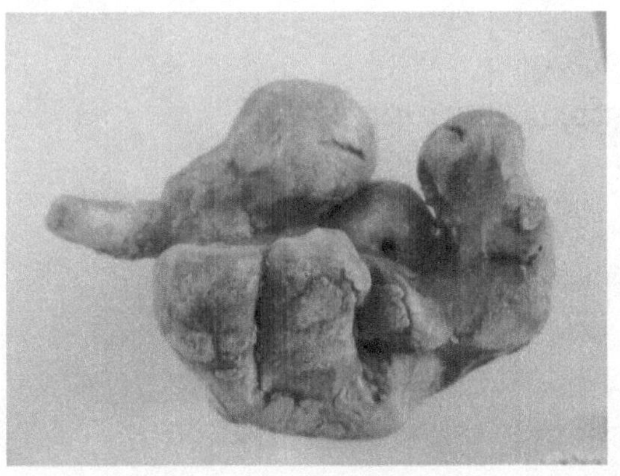

அவசரமும் அவசியமுமாய் அவர் அவர்
வாழ்க்கையில் இயந்திரமாய் ஓடுகையில்...

நின்று பேசவும் பெற்றவரை.
நினைத்துப் பார்க்கவும்
நேரம் காணாது போகுதோ...

அப்பாவும் அம்மாவும்
மறந்தனரோ துறந்தனரோ
எம்மை எப்பாலும்...!

# ஒன்று தொடக்கம் பத்து முடிவில்

ஒன்றும் அறிந்திடாத அவனும்
ஒரு தலைக் காதல் கொண்டு...

இரண்டும் கெட்டான் வயதினில்
இரு தலை கொள்ளி உள் எறும்பாக உள்ளம்  திண்டாடி...

மூன்று உலகமும் போற்றும்
முப்பெரும் தேவிகளின் அம்சங்கள் நிறைந்தவளை...

நான்கு வேதங்களும் ஓதிடும்
நாற்குணங்களும் உடையவளை...

ஐந்தும் அறிந்து அதன் படி
ஐம்புலன்களையும் ஆளத் தெரிந்தவளை...

ஆறு அறிவையும் மறக்கடித்தவளை
அறு சுவை சமையலில் கை தேறியவளை...

ஏழு சுரங்களின் சுருதி போன்றவளை
ஏழேழு பிறவிகளாக அவனும்...

எட்டுமோ எனக்கும்...? என ஏங்கும்
எண் திசைகளிலும் ஜோதியாய் மிளிர்பவளை...

ஒன்பது கோள்களின் நிறையைப் பெற்று
நவ மணிகளின் எழிலை ஒத்தவளை...

**பத்தும்** பலதும் பார்க்காது கவர்ந்திடுவானோ
**பத்துத்** தலை இராவணனாட்டம் அவனும்...!

**ஒரு** தலைக் காதலும் கொண்ட
**பத்துத்** தலை இராட்சதனும் இவனோ...!




எண்ணினால் எத்தனை
எண் என்று எண்ணக்கட

'எண்ணும் எழுத்தும் கண்ணெனத் தகும்'
கொன்றைவேந்தன் ஒளவையார்

'எண்ணென்ப ஏனை எழுத்தென்ப இவ்விரண்டும்
கண்ணென்ப வாழும் உயிர்க்கு'
திருக்குறள் திருவள்ளுவர்

'எண்ணித் துணிக கருமம் துணிந்தபின்
எண்ணுவம் என்பது இழுக்கு'
திருக்குறள் திருவள்ளுவர்

# எண்ணிப் பார்த்தால்

ஏகலைவனோ
குருவை அகத்தில் கொண்டு சுயத்தில் கற்று
இருப்பினும்,
வில் ஆடும் வித்தையில் விஜயனை மிஞ்சிட, காடு
திரியும்
வேடன் வேகம் கண்ட துரோணரும்,
நான்
கோரும் குரு தட்சனை நின் கட்டை விரல்" அர்ஜுனன்
பஞ்சம்
தீர்க்க வென்றே கேட்க,
ஆறு
போல் குருதி ஓடிட பெரு விரலைச் சமர்பித்த செயல்,

**நிசப்த**
வேளையில் என் நெஞ்சைத் தொட்டு அறிவைத் தீட்ட,

**அட்ட**வணை
இட்டு அகத்தைக் கடைந்து,

**நவநீதம்**
இதில் கண்ட நானும் புரிந்ததைச் சொட்டு சொல்லவா?

**தச**தரன்
புத்திரனும் இவனுக்கு ஈடு இல்லை

**எண்**ணிப் பார்த்தால்
உமக்கும் இது தெரியும்!

# சதிபதியும் ஆவீரோ

வான் மதியும் உலாவிட
பெண் மதியும் மயங்கிட
திருமதியும் ஆகாமல்
நிம்மதியும் போயிட...

சங்கதியும் என்னதோ
நன் கதியும் இதில் ஏதோ
உன் கதியும் கெட்டிடுமோ...

அவன் சதியும் தெரியாமல்
உன் அசதியும் பாராமல்
பெண் வசதியும் செய்து விட்டால்...

நின்பதியும் ஆவானோ
சதிபதியும் ஆவீரோ
தம்பதியும் ஆகுமோ...

நேராக நிமிர்ந்து
நேத்திரம் நோக்கின்,
நடத்தை கெட்டவளோ!
வதனம் பூசி வண்ண
வஸ்திரம் தரிப்பது,
வசீகரிக்கத் தானோ!
சாலை வந்து சாதனை
செய்வதை, சாஸ்திரம்
விடவில்லையோ!
சீவிச் சிங்காரிக்கும்
சின்னதொரு
சித்திரம் தானோ!
சங்கம் சென்று
சாதித்ததை, சரித்திரம்
சொல்வதுவும், பொய்யோ!
வஞ்சியவள் வேட்கையும்
வேடிக்கையாய் விமர்சிக்கும்,
விசித்திரம் தானோ!
தையலிடம் திகழும்
தீராத் திரம்,
தெரியத் தெவிட்டுதோ!
மாதருக்குள் மதிப்பும்
மரியாதையும், மாதாவுக்கு
மாத்திரம் தானோ!
தரணியில் தகுந்த
தகுதியை தட்டி விடுவதும்,
தந்திரம் தானோ!
இன்றைய இளநங்கையும்
இவர்கள் இயக்கிவிக்கும்,
இயந்திரம் ஆவாளோ!
அணங்கு தன்நம்பிக்கையே
அஸ்திரம் என்று
அவளும் எழுவாளோ!


# திரம் காண்பீரோ?

*(திரம் = உறுதி, மேதகு) (அணங்கு = பெண்)*

# ஆராரோ ஆரிரரோ...

ஆராரோ ஆரிரரோ...
ஆர் அடித்து நீ
அழுதாய்...

விபரம் அறியா
விளையாட்டுப்
பிள்ளைக்கு
வந்த வினை
என்னதோ...

கபடமறியாப்
பாலகரைப் பாழாக்க
நினைத்த கயவன்
அவன் எவனோ...

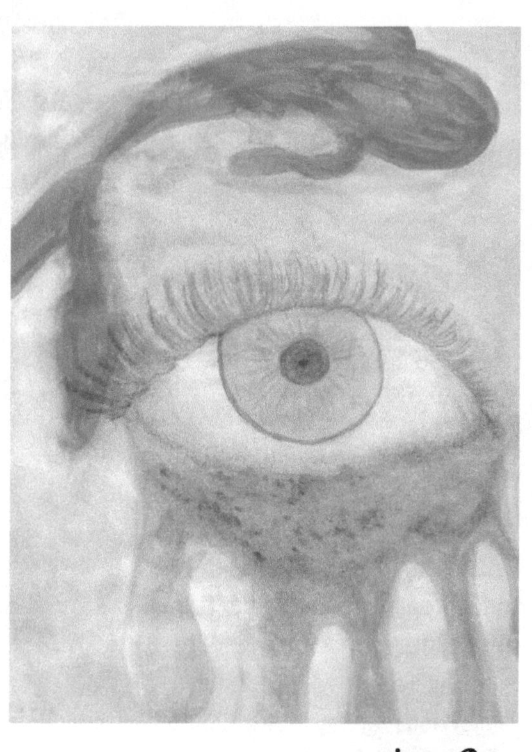

பஞ்சு போன்ற
மேனியை
வஞ்சத்துடன் தொட்டிட
எந்த பாதகன்
துணிந்தானோ...

அஞ்சுகமே...
நெஞ்சம் நொருங்குதே...
பேர் ஆத்திரமும் பொங்குதே...

ஆராரோ யார் எவரோ...
யார் குலைத்தார்
உன் அழகை...

# துன்பம் நேர்கையில்

என் தந்தை ஒரு முறை ஆவீன மழை பொழிய என்னும் பாடல் வரிகளைக் கூறக் கேட்டேன். இப் பாடல் ஆசிரியர் இராமச்சந்திரகவிராயர் ஆவார் .

துன்பம் எப்படி அடுக்கடுக்காய் வரும் என்பதை நகைச் சுவையுடன் அற்புதமாகச் சித்தரிக்கின்றது.

கவிஞர் கண்ணதாசனையும் இப்பாடல் மிகவும் கவர்ந்தது என்றும் ஒரு தகவல்.

> ஆவீன, மழை பொழிய,
> இல்லம் வீழ,
> அகத்தடியாள் மெய் நோக,
> அடிமை சாக,
> மாவீரம் போகுதென்று, விதை கொண்டோட,
> வழியிலே கடன்காரன் மறித்துக் கொள்ள,
> சாவோலை கொண்டொருவன் எதிரே தோன்ற,
> தள்ளொண்ணா விருந்து வர,
> சர்ப்பம் தீண்ட,
> கோவேந்தர் உழுதுண்ட கடமை கேட்க,
> குருக்கள் வந்து தட்சணை கொடு என்றாரே!

"துன்பம் நேர்கையில் யாழ் எடுத்து நீ
இன்பம் சேர்க்க மாட்டாயா"

# அரனும் அரியும் அயனும்

சங்கதி பல கேட்க,
சக்தியும் பக்கத்தில் தவமிருக்க...
கண்ணை மூடி கல்லாட்டம்
அவன் சிவனே என்றிருக்க...
அரன்
அவன் ஆட்டத்துக்கும்
அங்கே அளவில்லை!

அயர்ந்த சயனத்தில்,
விஷ்ணு ஆழ்ந்திருக்க...
அவன் காலையும் பிடித்துக் கொண்டு
காசையும் கொட்டிக் கொண்டு,
லக்ஷ்மியும் அருகில் அமர்ந்திருக்க...
அரி
அவன் அமைதிக்கும்
அங்கே குறைவில்லை!

ஞானம் மிகு கொண்டு,
நான்முகனும் அவன் நாயகியும்,
தத்தம் வேலைகளையும்
செவ்வனவே செய்திட...
தாமரை(றை) தனித்தனியே வீற்றிருக்க...
அயன்
அவன் ஆக்கத்திற்கும்
அங்கே தடையில்லை!

# இளையோன்

சிரித்துக் கொண்டே என்னுடன்,
சின்னச் சின்னச் சேட்டைகள்,
சினேகிதன் போல் செய்தவன்...
சின்னவன் என நினைத்திருந்தேன்.
சிகரம் தொட நிற்கின்றான்!

"அக்கா அக்கா" என்று எனை,
அன்று முதல் இன்று வரை,
அன்புடன் அழைக்கின்றான்.
அச்சம் ஒன்றும் எனக்கில்லை.
அருகில் அவனும் இருக்கின்றான்!

தந்திரமான இந்த உலகத்திலே,
தனியாக என்றும் நானில்லை.
தங்ககம்பி போல் எனக்கும்,
தம்பியாக அவன் உள்ளான்...
தக்க துணை தருகின்றான்!

# கம்பன் எண்ணினானில்லை!

தமையனும் இல்லை,
தங்கையும் எமக்கில்லை.
தமக்கை தம்பி நாம் இருவருமே சகோதரர்கள்.
தரணியில் எம்
தாய் தகப்பன் இருவருக்கும்
தனயன் தனயை! நாம் இருவருமே,

'தம்பி உடையாள்! படைக்கு அஞ்சாள்!'
என என்னிடமும்,
'தம் அக்கை தன் கை,'
என அவனிடமும்,
தன்னால் தாற்பரியம்
நம்பிக்கையுடன் உருவாகியது.

அப்போது சேர்ந்து வளர்ந்த
நாட்கள் உயி(ர்)க்கின்றது.
"என் தம்பி ஒரு தும்பி!"
அவனைச் சீண்டி நான் நயப்பதுவும்…
"என் அக்கா என்ன கொக்கா!"
அவன் பக்கா பதிலில் நான் வியப்பதுவும்…
இப்போது நினைத்தாலும்
மனம் லயிக்கின்றது!

சிறுபிராயம் அதில் எமக்கு
எம் தாயும் நிலவொளி வெளிச்சத்தில்
இராமர் காவியத்ததை, சிறு சிறு கதைகளாக
ஓயில் உடன் இயல்வதும்…

ஆவலும் ஆர்வமுமாய், தமக்கை தம்பி
நாம் இருவரும் செவி உள் வாங்கி
துயில் கொள்ள முயல்வதும்…
அன்றாட வழக்கம்!

அன்று தமையன் இராமன்
மீது தம்பி பரதனும்
பூண்ட பாசமும், பக்தியும்
பறை சாற்றும் படலம்…

முன்னர் ஒரு நாள் தசரதனும் தனது
இரண்டாம் தாரத்தினிடம்,
"வரம் இரண்டு நீயும் கேள் நானும் தர,"
என வாக்களிக்க,
தனது பதி பக்கம் அமர்ந்து, கைகேயியும்
பக்குவமாய் பதில் உரைத்தாள்,
"வேண்டிய வரம் தோன்றும் போது
பின்னர் ஒரு நாள் கேட்பேன்."

காலங்கள் உருண்டு ஓட,
காவியத் தலைவன், கதாநாயகன்,
தசரதனின் சிரேஷ்ட புத்திரன்,
இராமனுக்கு அன்று
அயோத்தி அரசனாகப் பட்டாபிஷேகம்!

கூனி எனும் குணம் குன்றிய கிழவியின்
சூது வாதுக் கதையினால்,
கைகேயி எனும் மட மாதும்

தன் நிலை மறந்து,
தன் நலம் பிறந்து,
தார்மீகம் துறந்து,
தசரதனிடம் மனம் திறந்து,

"பின்னர் கேட்பேன் என
முன்னர் சொன்ன வரம் இதுவே...
பதின்நான்கு வருட
வனவாசம் இராமனுக்கு.
தமையன் சிம்மாசனம்
என் தனயன் பரதனுக்கு,"
என்று அவள் உரைக்கவும்,
மூர்ச்சையானார் அயோத்தி அரசனும்.

ஆசி பெற வந்த இராமனிடம்,
சந்தர்ப்பம் என்று அமைய,
அறிவித்தாள் அவன் சிற்றன்னை
உள்ளத்தில் கபடம் அமைய
"தமையன் உனக்கோ
கானகம் என்று அமைய,
தம்பி பரதனுக்கே
சிம்மாசனம் என்று அமைய.
உன் தகப்பனின் ஆணையே
இது என்று அமைய!"

தன் தந்தை முகம் காட்டாமல்...
மூர்ச்சை ஆனதும் அறியாமல்...
சிறிய தாய் சொல்லைத் தட்டாமல்...
சர்ச்சை ஏதும் இல்லாமல்...

காட்டுக்கு இராமனும்
உடனே விரைந்திட்டான்.
ஏகதாரம் சீதையும்
கூடவே சென்றிட்டாள்.
தம்பி இலக்ஷ்மணனும்
பின்னால் தொடர்ந்திட்டான்.

மூர்ச்சை ஆன தசரதனும்
கண் திறந்திட்டார்.
இராமன் வனம் சென்ற
செய்தியும் அறிந்திட்டார்.
தாங்காத் துயரில் தன்
உயிரும் துறந்திட்டார்.

பாவி அவள் பெற்ற பிள்ளை பரதனும் திட்டினான்...
"துயர் தாங்காது தந்தையும்,
தனுயிர் துறந்திட்டாரே...
தந்திரமிகு தயவில்லாத் தாயே...
தக்க தலைமையுடன் தேசமாள
தகுந்தவன் தமையனே தடுத்திடாதே!
தன் தனயனெனத் தகுதியை
தம்பியெனக்குத் தந்திடாதே!"

தாய் கைகேயிடம்
அவனும் வாதாடி...
தமையன் இராமனிடம்
அவனும் தேடி...
தம்பி பரதன் அவ்விடம்
வந்தான் ஓடி.

"தாய் சொல் தட்டேன்.
காடு வந்து விட்டேன்
அவகாசம் முடியும் முன்,
நாடு நானும் திரும்பிடேன்.
அரசனாக இன்று ஆண்டிடேன்."

தம்பியின் நியாயத்தை
நிராகரித்த இராமனும் அங்கே.
தமையனின் வாதத்தை
சுதாகரித்த பரதனும் உங்கே,
தன் இதயத்தை
விபரித்த படலமும் இங்கே...

"அண்ணன் அரியணையில்,
அடுத்தவன் நான் அமரேன்!
சிம்மாசனத்தை சிங்காரிக்க...
சிறந்தவன் சின்னவன் இல்லை,
மூத்தவன் நின் பாதத்தின்
செவ்விய செருப்புகளே!"

தமையன் இராமனின்
இரு பாத அணிகளையும்
தான் வாங்கி, தம்பி
பரதனும் தன் சிரசின் மேலே
தாங்கி நாட்டிற்குத்
திரும்பிச் சென்றான்...

இவ்வாறு எம் தாயும் கதை சொல்லவும்,
என் தம்பியோ "ஒ...!" என்று அழவும்.
"ஏன் தம்பி அழுகின்றாய்?"
தமக்கை நானும் கேட்டேன் தெரிந்திட.
தம்பி அவனும் விக்கி விக்கி
சொன்னான் தெளிவாக அறிந்திட

"காட்டில் வாழ்வதோ
எவ்வளவு எவ்வளவு கஷ்டம்.
நாட்டில் இராமர் செருப்புகளை
வைத்து ஆளுவதோ பரதன் இஷ்டம்.
வழி நீட்டில் கல்லும் முள்ளும்
இராமர் கால்களிலோ குத்தும் நஷ்டம்.
ஏட்டில் கம்பன் எழுதாவிடின்
தெரிந்திடாதோ இந்த துஷ்டம்."

தம்பி சொன்ன அர்த்தம்,
கம்பன் எண்ணினானில்லை.
என்பது தமக்கை என் சித்தம்!

# 'த' வரியில் உறவை குறிக்கும் சொற்கள்

**தகப்பன்** தமப்பன் = தம் + அப்பன் தமக்கு அப்பன்

**தாய்** தாய் ஆய் எனும் சொல்லின் நீட்சியாகும். ஆய் என்றால் அம்மா. தம் ஆய் என்பது திரிந்து தாய் ஆகிறது .

*பெற்றோர்: குழந்தைகளைத் தம் சந்ததியாக பெற்றவர்கள். ஆதலால் பெற்றோர் ஆகிறது.*

**தனையன்** தன் + ஐயன் = தனையன். பின் திரிந்து தனையன் ஆகிறது. தனையன் எனின் மகனைக் குறிக்கும்

*பிள்ளை: பிள்ளை = பிள் + ஐ . பிள் எனின் பிளவு, பிரிவு என்பதாகும். ஆதாவது. தாயிடம் இருந்து பிரிந்து (பிறந்து) தனியாக செயல் படுவதாகும். தமக்கு பிறந்தவர் பிள்ளை.*

**தனையை** தனையள் மருகி தனையை ஆகிறது. தனையள் என்றால் மகளைக் குறிக்கும்.

**தமையன்** தம் + ஐயன் = தமையன். தமக்கு மூத்தவன் அண்ணன்

**தமக்கை** தம் + அக்கை = தமக்கை. தமக்கு மூத்தவள் அக்கா

**தம்பி** தம் + பின் = தம்பி எனத் திரிந்துள்ளது
தம் பின் பிறந்தவன் தம்பி.

**தங்கை** தம் + கை = தங்கை. கை என்றால் சிறிய. தமக்குச் சிறியவள்.

**சகோதரர்:** சக + உதரர் உதரம் என்றால் வயிறு. ஒரே வயிற்றில் பிறந்தவர். உடன் பிறந்தார் சகோதரர்.

**தாரம்** "ஓம்" என்ற பிரணவ மந்திரம் என்பது தாரம் எனப்படும். உறுதுணையாக இருந்து உயர்ந்த நிலை அடைய செய்பவள். தாரம் என்றால் மனைவியைக் குறிக்கும்.

**தற்கொண்டான்** தன்னைக் கொண்டவன் கணவனைக் குறிக்கும். இச்சொல் திருக்குறளிலும் காணலாம்.

'தற்காத்துத் தற்கொண்டாற் பேணித் தகைசான்ற
சொற்காத்துச் சோர்விலாள் பெண்'

(கற்பு நெறியில் தன்னையும் காத்துக்கொண்டு, தன் கணவனையும் காப்பாற்றி, தகுதியமைந்த புகழையும் காத்து, உறுதி தளராமல் வாழ்கின்றவளே பெண்.)

**தம்பதி** தம் + பத்தி. பத்தி எனின் அன்பு. தம்பத்தி திரிந்து தம்பதி ஆகிறது. தமக்குள் அன்பு கொண்டவர்கள் கணவன் மனைவி ஆவார்கள்.

# மெய் மறந்து
## நானும்
### பொய் சொல்லவா?

சின்னச் சின்னச் சேட்டைகள்
சிறுகச் சிறுகச் சித்தரித்து
சிரித்துச் சிரித்துச் செய்கையில்...

வட்ட வதனத்தில்
விட்ட விழி விரித்து
விபரங்கள் வினவுகையில்...

அண்ணன்மார் அரவணைப்பில்
அவை ஆளும் அரசியாக
அமர்க்களமிடுகையில்...

நல்லதொரு நண்பியாக நான் நல்கும்
நகைச்சுவைக்கும் நயனங்கள் நனைய
நாள்தோறும் நகைக்கையில்...

கயலெனக் கண்களோ காந்தமென
கவர்ந்திழுக்க கலகலப்பாய்
கனிவோடு கதையளக்கையில்...

இன்பம் இறைக்கும் இசைவான
இன்னிசையை இன்னலின்றி இயல்பாக
இனிமையாக இசைக்கையில்...

ஆடை அணிகள் அணிந்து
அழகாக அலங்கரித்து
அற்புதமாக ஆடுகையில்...

மானென மிளிர்ந்தவள்
மாசில்லா மடந்தையாய்
மங்கள மங்கையாய் மலர்கையில்...

மெய் மறந்து...
        நானும்...
                பொய் சொல்லவா?

# அவன் அழகும் அனலும்

உதயம் முதல் ஒளி வீசும்
அவன் அழகு
பிரகாசமாய் பிரபலமடைய...

அவன் போகும் திசை எல்லாம்,
நித்தமும் அந்தப் பூவையும்
கவர்ந்து ஈர்த்திட...

மலர்ந்த மஞ்சள் முகம் காட்டி,
அவனைப் பார்த்த வண்ணம்
மயக்கத்துடன் சுற்ற...

இந்தப் பூவையும்...
செவ்விதழ்களும் விரிய,
தாமரை கண்ணால் கண்டும்
காணாமல் போனாளோ...

எந்தப் பூவையும் அணுகினால்,
அவன் அனலும் பொசிக்கிடும்
என்பதை அவளும் அறிவாளோ!


(பூவையும் என்றால் மலரையும் ,பெண்ணும்
(தாமரை, தாம் அரை)

அந்தப்
பூவையும்

இந்தப்
பூவையும்

# நாள் தோறும்

சிறு பிராயத்தில்
விளையாட்டு விளையாட்டு
என நாள் தோறும்
பிடியில்லா பல பல
தோழாமை சேட்டைகள்
செய்தோம்!

இளம் பிராயத்தில்
வேலை வேலை
என நாள் தோறும்
விடியில்லா வித வித
வேளாமை வேட்டைகள்
தொடர்ந்தோம்!

கிழப் பிராயத்தில்
மறதி மறதி
என நாள் தோறும்
முடிவில்லா சில சில
இயலாமை ஓட்டைகள்
கொண்டோம்!

# உன் வசம் வசியம் செய்கிறாய்

நேசம் கொண்ட பின்னரும்,
ரோசம் ஏனோ விட்டதில்லை!

வேசம் போட்டுப் பயனில்லை.
மாசம் போவதும் தெரியவில்லை!

கேசம் கூடக் கூறுதடா
வாசம் நீ என்னுள் என்று!

பாசம் சொல்ல நானும்
தேசம் எங்கும் கூட வந்தால்...

நாசம் ஏதும் செய்வாயா?

# அவள் வேதாளம்!
## நான் விக்கிரமாதித்தன்!

இந்தக் கதையைச் சொல்லவில்லை என்றால் என் தலை சுக்கு நூறாக வெடித்துச் சிதறி விடும். அடிக்கடி வேதாளம் போல் முருங்கை மரத்தில் ஏறிக் கொள்வது அவள் பழக்கம். மீண்டும் மனம் தளராத விக்கிரமாதித்தன் போல் அவளை வழிக்குக் கொண்டு வருவது என் வழக்கம். எம் கதையை முதலில் இருந்து கூறுகிறேன் கேளுங்கள்.

கல்யாணம் கட்டுவதற்கு முன்னர் கதைத்துப் பார்க்க வேண்டும் என்றாள். கதைக்க என்ன இருக்கிறது என்பதை நானும் யோசித்தேன்.

'என்னதைக் கதைப்பது...?' எனக்கு அது தெரியவில்லை.

"நாங்கள் கல்யாணம் கட்டியிட்டுக் கதைப்பம்," என்றேன்.

ஏனோ எனது அந்தத் தீர்மானம் அவளுக்கும் பிடிந்திருந்தது போலும்,

"சரி," என்றாள் மகிழ்ச்சியுடன்.
பின்னர் அப்போது தொடங்கி இப்போது வரை,

"கட்டியிட்டுக் கதைப்பம் என்றியள், இப்போ இருபத்தி ஐஞ்சு வருசங்கள் ஆச்சு..." என்று எப்போதும், குத்திக் காட்டுவது போலவே பேசுகிறாள்.

"என்னதைக் கதைக்க..." என்று உண்மையைச் சொன்னால் போதும்.

வேதாளம் போல் முருங்கை மரம் ஏறிடுவாள்.

முதன் முதலில் அவள் முருங்கை மரம் ஏறியது இன்னும் ஞாபகம் இருக்கிறது. எமது திருமணம் நடந்து நான்கு ஜந்து தினங்கள் இருக்கும், அவள் என்னிடம் வழமை போல் பல பல கதைகள் காதோரம் பேசிக்கொண்டே இருந்தாள்.

'பேசியே கொல்வது என்பது இது தானோ…?' என நானும் எண்ணிக் கொண்டிருக்கும் போது…

"நாளைக்கு, காதலர் தினம்," என்றும்,
"எனக்கு ஒரு ரோஜாப் பூ வாங்கித் தந்தால் காணும்," என்றும் ஏதோ என் காதோரம் முணு முணுத்தாள்.

அடுத்த நாள் ஆயிரம் ஆயிரம் வேலைகள். ஒரு புறம் உறவினர்கள் கூட்டம். மறுபுறம் நண்பர்களோடு ஆட்டம். அப்புறம் விருந்துகளில் நாட்டம். கடை தெருக்களில் நோட்டம். கடற்கரையில் ஓட்டம். என்று நாள் கழியும் போது, நிசியில் நானும் கடைசியில் கண்டேன் அவள் முக வாட்டம்.

"ஏன்?" என்றேன்.

"ஒரே ஒரு ரோஜாப் பூ தானே கேட்டேன்," என்றவள்.

அவள் வேதாளம், முருங்கை மரத்தில் ஏறி விட்டாள்.

எனினும் நான் யார்…? சற்றும் மனம் தளராத விக்கிரமாதித்தன்!

நொடிப் பொழுதில் சிந்தித்தேன். நடு நிசிக்கு ஒரு சில நாழிகைகளே இருந்தன. அடுத்த நாள் விடியும் முன் ஒரு ரோஜாப்பூ. அதுவும்... வாங்கிக் கொடுக்க வேண்டும். அடுத்த நாள் காதலர் தினம் இல்லையாம்!

அன்று அங்கங்கே அள்ளை கொள்ளையாக ரோஜாப் பூக்கள் கடைத்தெரு எல்லாம் ஏன் கடற்கரையிலும் கூட விற்கும் போது, அருகருகே சென்று நின்று என்னைப் பார்த்தாளே தவிர வாய் திறந்து ஒன்றுமே என்னிடம் கேட்கவில்லை.

அந்த நேரத்தில் நான் *'எங்கே பூ வாங்குவது'* எனச் சிந்திக்க... மாயனத்திற்கு முன்னால் இருக்கும் பூக்கடை நினைவில் வந்தது. எங்கும் அலையாமல் மயானத்திற்குப் போகலாம் என்னும் அருமையான யோசனை என் அறிவுக்கு எட்டியது.

"இப்போது எனக்கு ஒன்றும் வேண்டாம்," என்றாள்.

என்றாலும், *'எதற்கு வம்பு...'*

"பரவாயில்லை வாங்கித் தாரேன் வா," என்று சமாதானம் கூறி,

உடனே அந்த மயானத்திற்கு அழைத்துச் சென்றேன். எங்கும் மயான அமைதி, அவளிடமும் தான். அர்த்த சாமம் ஆகுவதால், வண்டியிலேயே அவளை அமரச் சொல்லி,

"கணப் பொழுதில் ரோஜாவுடன் வந்திடுவேன்!" என்று உரைத்து, அந்தக் கடையை நோக்கி விரைந்தேன்.

வீதியில், ஒரு சில சன நடமாட்டமே அப்போது இருந்தது. கடையிலோ வித விதமான வடிவங்களில் அழகான பல பல மலர் வளையங்கள் என் கண்களைக் கவர்ந்தன.

அவள் கேட்டது 'ஒரு ரோஜா' என்பதால் என் மனதை அடக்கி, ஒரு ரோஜாப் பூ மட்டும் வாங்கினேன். அங்கே சிகப்பு நிற ரோஜாக்கள் மட்டுமே இருந்தன. *'அவள் தான் நிறத்தை குறிப்பிடவில்லையே!'*

கட கடவென்று அவளிடம் விரைந்து சென்று அந்த சிவந்த ரோஜாவைக் கொடுத்தேன். மங்கிய தெரு விளக்கின் ஒளியில், அந்த ரோஜாவின் அழகிய சிவந்த வண்ணம், அவள் முகத்தில்... குறிப்பாக அவள் கண்களில் பட்டுத் தெறிப்பதைக் கண்டேன். ஏனோ அது அவ்வளவு அழகாய் எனக்குத் தெரியவில்லை.

அவள் 'உம்' என்றே எதுவும் பேசாமல் இருந்தாள்.
*'என்ன தான் செய்தாலும், திருப்தியும் சந்தோஷமும் அடையாள்!'* என்பதை ஒரு சில வினாடிகளில் நானும் அப்பவே தெரிந்து கொண்டேன்.

என்ன தான் இருந்தாலும், நான் அவளுக்கு ரோஜாப் பூ வாங்கித் தர வேண்டும் என்ற அவளது ஆசையை, அன்றே நான் பூர்த்தி செய்ததை எண்ணி, சிறிய ஓர் கர்வம் தான் எனக்கும்.

ஏனெனில், அன்றைய தினம் முதல் இன்றைய தினம் வரை, அவள் ஒரு நாளும் தனக்கு ரோஜாப் பூ வாங்கித் தரும் படி என்னிடம் கேட்டதே இல்லை!

இதே போல் பல பல கதைகள் எம்மிடையில்... கடந்த காலம் தொட்டு நிகழ் காலம் வரை... அவள் வேதாளம் ஆவதும்... நான் விக்கிரமாதித்தன் ஆவதுமாக... எம் வாழ்க்கையும் மிகவும் சுவாரஸ்யமாக, இருபத்தைந்து வருடங்கள் உருண்டு ஓடி உள்ளன. இனி வரும் எதிர் காலத்திலும், இந்த வேதாளம் விக்கிரமாதித்தன் கூத்தும் தொடரத் தான் போகிறது!

அவள் வேதாளம்...!
நான் விக்கிரமாதித்தன்...!

# எந்நாளும் என் எண்ணத்தில்...

ஞாயிறு விழி விரித்தாள்

திங்கள் முகம் காட்டினாள்

செவ்வாய் குவித்துப் பேசினாள்

அன்...பு-தன் அவதாரமெனத் தோன்றினாள்

பு...வியாழ நோக்கப் புதுமையானாள்

விடி **வெள்ளி** என வாழ்வில் சங்கமித்தாள்

இதய ஆ...**சனி** என்றென்றும் அவள் ஆனாள்!

# பருவங்கள் மாறிடத் தொடரும் ஒரு அந்தாதி

## பயணங்களின் பாதையில்.. பருவங்கள்

பருவங்கள் மாறிட அதிலே
தொடர்ந்திடும் பல ரகப் பயணங்கள்

பயணங்கள் வழி இடையே
விடலை அவன் ஆர்வங்கள்

ஆர்வங்கள் காட்டியதோ எழில்
மடந்தை அவள் நயனங்கள்

நயனங்கள் கவர்ந்திட எழுந்ததோ
காதல் என்னும் கவிதைகள்

கவிதைகள் சொன்னது என்னவோ
மோகம் தூண்டிய ஆசைகள்

ஆசைகள் ஆக்கிரமிக்கவும்
ஆயிரம் ஆயிரம் கனவுகள்

கனவுகள் அங்கே இயம்பியதோ
அலைமோதும் இச்சைகள்

இச்சைகள் எழுந்து விடவும்
தொலைந்தன ஏனோ சயனங்கள்

சயனங்கள் மறந்திட வாழ்க்கையும் வெறுத்திடப்
பறந்தனவே பருவங்கள்

பருவங்கள் மாறிட அதில்
தொடர்ந்திடும் பல ரகப் பயணங்கள்


## அந்தமே ஆதி

முதல் வாக்கியத்தின் அந்தம் (முடிவு) அடுத்த வாக்கியத்தின்
ஆதி (தொடக்கம்) ஆகிறது. கண்ணதாசனின் அந்தாதி.

## வசந்த கால நதிகளிலே

வசந்த கால நதிகளிலே வைரமணி நீரலைகள்
நீரலைகள் மீதினிலே நெஞ்சிரண்டின் நினைவலைகள்
நினைவலைகள் தொடர்ந்து வந்தால் நேரமெல்லாம்
கனவலைகள்
கனவலைகள் வளர்வதற்கு காமனவன் மலர்க்கணைகள்
மலர்க்கணைகள் பாய்ந்து விட்டால் மடி இரண்டும்
பஞ்சனைகள்
பஞ்சனையில் பள்ளி கொண்டால் மனம் இரண்டும்
தலையணைகள்
தலையணையில் முகம் புதைத்து சரசமிடும் புதுக்கலைகள்
புதுக்கலைகள் பெறுவதற்கு பூமாலை மனவினைகள்
ஓ பூமாலை மனவினைகள்
மணவினைகள் யாருடனோ மாயவனின்
விதி வகைகள்
விதி வகையை முடிவு செய்யும்
வசந்த கால நீரலைகள்

# ஆடி வெள்ளி

ஆடி வெள்ளி தேடி உன்னை நானடைந்த நேரம்
கோடி இன்பம் நாடி வந்தேன் காவிரியின் ஓரம்...

ஓரக் கண்ணில் ஊறவைத்த தேன் கவிதைச் சாரம்
ஓசையின்றிப் கேட்குமது ஆசை என்னும் வேதம்.

வேதம் சொல்லி மேளமிட்டு மேடை கண்டு ஆடும்
மெத்தை கொண்டு தத்தை ஒன்று வித்தை பல நாடும்

நாடும் உள்ளம் கூடும் எண்ணம் பேசும் மொழி மௌனம்
ராகம் தன்னை மூடி வைத்த வீணை அவள் சின்னம்...

சின்னம் மிக்க அன்னக்கிளி வண்ணச் சிலைக் கோலம்
என்னை அவள் பின்னிக் கொள்ள என்று வரும் காலம்

காலம் இது காலம் என்று காதல் தெய்வம் பாடும்
கங்கை நதி பொங்கும் - கடல் சங்கமத்தில் கூடும்

# அவள் தொடங்க நானும் தொடர்ந்தேன்

ஆழத்தை பார்வையில்
அளக்காதே,
காமத்தை வன்மத்தால்
ருசிக்காதே,
தேடலை காணலில்
தொலைக்காதே,
மாயத்தால் வரும் வேதனையில்
லயிக்காதே,

- தாரணி

அன்புத் தோழி தாரணியின் ஆக்கத்தில் கிளை தொடுத்து முளைத்தது இந்த ஆக்கம்.

ஆழத்தை பார்வையில் அளக்காதே,
அதை உள்ளம் கொண்டு உணர்ந்திடு.

காமத்தை வன்மத்தால் ருசிக்காதே,
அதை காதல் கொண்டு புணர்ந்திடு.

தேடலை காணலில் தொலைக்காதே,
அதை திறந்த மனம் கொண்டு தொடர்ந்திடு.

மாயத்தால் வரும் வேதனையில் லயிக்காதே,
அதை ஞானம் கொண்டு தெளிந்திடு.

# நெஞ்சமெல்லாம் நீயானாய்!

நட்ட நடு நிசியிலும்
நிலவாய், நிழலாய்
நீயும் நிற்க...

நீ நகலா... நிகலா...
நினைவா... நிஜமா...
நெஞ்சத்தில் நானும் நினைக்க...

நின் நிலவொளியில்,
நிலவாய் நீயும்...
நட்சத்திரமாய் நானும்...
நகரும் நெடிய நேரமது நிற்காதே...

நேற்றும்... நிகழும்... நாளையும்...
நித்தலும் நான் நிஜமாய் நேசிக்கும் நாயகா!
நிதமும் நெஞ்சில் நீங்கா நிற்கும் நாதா!

# ஏதோ ஒன்று கண்டேன்!

விளக்கு ஒளியின் வெளிச்சத்தில்,
விம்பம்...
ஏதோ ஒன்று விழக் கண்டேன்...!

வண்ணம் தீட்டிய வேல் விழிகளில்,
வேட்கை...
ஏதோ ஒன்று எழக் கண்டேன்...!

வர்ண இதழ் அதின் துடிப்பினில்,
வார்த்தை...
ஏதோ ஒன்று உதிரக் கண்டேன்...!

வஞ்சி வதன வடிவினில்,
விந்தை...
ஏதோ ஒன்று தவழக் கண்டேன்...!

# காக்கையரோ... காக்க யாரோ?

காக்கையரோ... காக்க யாரோ?
கரை ஓரம் நின்று
கண்டது ஏதோ...?

காக்கையரோ... காக்க யாரோ?
' காக்க கா...க்க   காக்க கா...க்க '
என்று கவி ஒன்று
கரைந்தது ஏனோ...?

காக்கையரோ... காக்க யாரோ?
கரைந்த கதை
செவி சென்று
இரைந்தது தானோ...?

காக்கையரோ... காக்க யாரோ...
கரைதனைக் கடலும்
கரைப்பதைக் கண்டு
'கரைகின்றது... கரையும்...'
என்று கரையும் ஒன்று,
கரைகின்றாயோ நின்று...?

காக்கையரோ... காக்க யாரோ...?

# கடற்கரை மண்

கல்லூரி நாட்களிலே நண்பிகளுடன் நானும், கால் நனையக் கடற்கரை மண்ணில் நடந்தது நல்ல ஞாபகம். நீண்ட நாட்கள் கடந்த பின், ஒரு நாள் நானும் கடற்கரை நாடிச் செல்ல, அங்கே கடல் மண்ணைக் காணவில்லை! இனம் புரியாத கவலை மனதில் குடி கொண்டது. கடல் மண்ணைக் காத்திட கையாளவளாகி,

*"காக்க கா…க்க  காக்க கா…க்க"*
என நானும் இங்கே கரைகிறேன்!

# நவநாயகம்

இவள் நயனங்கள் யாவை
அனலா... காந்தமா...
இவை இரண்டும் சேர்ந்த
**ஞாயிறு** தானோ!

இவள் அழகு யாது
அன்பா... அதிரடியா...
ஒப்பு பளிச்சிடும் அந்த
**திங்கள்** தானோ!

இவள் நளினம் யாதில்
நடையா... உடையா...
மேலும் கானமென நகை பூழும்
**செவ்வாய்** தானோ!

இவள் உள்ளம் யாது
கனிவா... கண்டிப்பா... அது
**பண்பு-தன்** அடையாளம் தானோ!

இவள் அறிவு யாது
கற்றதா... ஞானமா...
**இப் புவியாழத்** தோண்டியது தானோ!

இவள் அம்சம் யாது
தென்றாலா... புயலா...
அது அனையவர் வாழ்வின் விடி
**வெள்ளி** தானோ!

இவள் கொண்டது யாது
கம்பீரமா... வசீகரமா...
பல இதயங்களின்
**ஆசனி** தானோ!

இவள் சிறப்பு யாது
தன்னடக்கமா... தன்நம்பிக்கையா...
**இன் உயிராகும்**
குணவதிக்கு ஈடு
**இங்கேது** சொல்வது தானோ!

# பார் எங்கும் பார்…

*ஞாயிறு* விழி விரித்து… *பார்*
எங்கும் பரவசம் பரவிட!

*திங்கள்* முகம் பளிச்சிட… *பார்*
எங்கும் குளிர்மை மிளிர்ந்திட!

*செவ்வாய்* நகையுடன் மொழிந்து… *பார்*
எங்கும் இனிமை மலர்ந்திட!

அன்*பு-தன்* அடையாளம் அறிந்திட… *பார்*
எங்கும் ஞானம் குவிந்திட!

*புவியாழ* நோக்கிக் குருவாய் மாறிட… *பார்*
எங்கும் புதுமை பிறந்திட!

*வெள்ளி* போல் வாழ்வில் பிரகாசித்து… *பார்*
எங்கும் நன்மை பெருகிட!

ஆ…*சனி* இதயத்தில் கருணை பூண்டு… *பார்*
எங்கும் துன்பம் மறைந்திட!

நிலவே இரவின் இருளில்
நீயும் பளிச்சென்று மிளிருகின்றாய்.
பரணி எங்கும் சுகமான வெண் ஒளி பரப்பி
உன் ஆளுமையையும் வலியுறுத்ததுகின்றாய்.

எனினும்... பகலின் வெண்மையில் ஏனோ
நீயும் மெதுவாக மறைகின்றாய்.
இரவில் இரவல் வாங்கி
ஆடம்பரமாய் ஒளி பரப்பி ஆடித்திரிந்தது...
அம்பலம் ஆனதோ
ஒளி கொடுத்தவன் வருகையால்...?

கதிரவன் கதிர் வீச்சினில்
மதியும்... மங்கி...
அல்லவா நீயும் தோன்றுகிறாய்!

# ஆசை ஆசை ஆசை!

அகிலத்திற்கோ அளவில்லா ஆசை
அரசனுக்கு ஆள ஆசை
ஆணுக்கு அழகில் ஆசை
அகத்தாளுக்கும் அநேக ஆசை

அன்பிற்கோ அடிமையாக ஆசை
அயலவருக்கு அளவளாவ ஆசை
அநேகருக்கு அடுத்ததில் ஆசை
அடுத்தவருக்கும் அணையில்லா ஆசை

அற்பனுக்கோ அநியாய ஆசை
ஆண்டிக்கு அன்னத்தில் ஆசை
ஆசானுக்கு அறிவில் ஆசை
ஆர்வத்துக்கும் ஆரவார ஆசை

அகத்துக்கோ அலைபாயும் ஆசை
அட்டகாசத்திக்கு அரசல் புரசலாய் ஆசை
அந்தரங்கத்திக்கு அசைபோட ஆசை
அன்புக்கும் அழிவில்லா ஆனந்தத்தில் ஆசை

அயனுக்கோ அற்புத ஆக்கத்தில் ஆசை
அரிக்கு ஆழியில் அயர்ந்திட ஆசை
அரனுக்கு அன்பில் ஆர்ப்பரிக்க ஆசை
ஆண்டவனுக்கும் ஆசி அருள ஆசை

அருளுக்கோ அன்றாடம் ஆசை
அறிவுக்கு ஆதியிலிருந்து ஆசை
அகிலத்திக்கு அந்தமில்லா ஆசை
அனைவருக்கும் அடங்கா ஆசை
ஆசை... ஆசை... ஆசை

# திருமூலர் திருமந்திரம்

'ஆசை அறுமின்கள் ஆசை அறுமின்கள்!
ஈசனோடு ஆயினும் ஆசை அறுமின்கள்!
ஆசைப் படப் பட ஆய்வரும் துன்பங்கள்!
ஆசை விட விட ஆனந்தம் ஆமே!'

ஆசையை அறுக்க வேண்டும்.

ஈசன் மேல் என்றாலும் ஆசைப்படுவதை அறுக்க வேண்டும்.

அல்லது ஈசன் உடன் கூட இருந்தாலும் ஆசைப்படுவதை நிறுத்த வேண்டும் என்றும் பொருள் கொள்ளலாம்.

சுந்தரமூர்த்தி நாயனார் கைலாயத்தில் இருக்கும் போது, உமாதேவியாரின் தோழியின் மேல் ஆசை கொண்டதால் பிறவி எடுத்ததாகப் புராணங்களில் உள்ளது.

அதாவது முக்தி பெற்ற பின்னரும் கூட ஆசை வந்து அலைக்கழிக்கும். ஆதலால் ஆசையை அங்கேயும் அறுத்திட வேண்டும்.

ஆசைப்படுவதால் வரும் பிறவித் துன்பங்கள் ஆசையை விட விட அகன்றிடும் என்கிறார் திருமூலர்.

# நாவற் பழக் கதை

இயல் இசையில் என் புதல்வி உட்பட இளஞ்சிறார்களது இதயத்தில் ஆர்வம் எழ உதித்த ஆக்கம் இது. நாவற் பழக் கதையை எம் ஒத்துழைப்புடனும், ஆசிரியரின் ஆசியுடனும், ஜி.வி. பிரகாஷ் இசையமைப்பில் உருவான, *பூக்கள் பூக்கும் தருணம்'* என்னும் பாடல் மெட்டுக்கு வரி மாற்றி எழுதி, மேடை ஏறி இசைத்துப் பலர் பாராட்டையும் பெற்றனர்.

தானா தோம் தன னா தானா தோம் தன னா…

| | |
|---|---|
| ஒளவை பாட்டி ஒரு நாள்,<br>மரத்தடியில்<br>அலைந்து சோர்ந்து இருந்தாள் | (பூக்கள் பூக்கும் தருணம்<br>ஆருயிரே<br>பார்த்ததாரும் இல்லையே.) |
| மரத்தில் இருந்த சிறுவன்,<br>நாவல் பழத்தை<br>ரசித்து ரசித்து உண்டான். | (உலரும் காலைப் பொழுதை<br>முழு மதியும்<br>பிரிந்து போவதில்லையே) |
| பாட்டி நாவில்<br>தாகம் உண்டானதே.<br>பழம் சுவைக்க ஆவல்<br>உண்டானதே. | (நேற்று வரை<br>நேரம் போகவில்லையே<br>உனதருகே நேரம்<br>போதவில்லையே |

| | |
|---|---|
| தாகம் உண்டானதே.<br>பழம் சுவைக்க ஆவல்<br>உண்டானதே.<br>'அதன் இனிமை...' | எதுவும் பேசவில்லையே<br>இன்று ஏனோ எதுவும்<br>தோன்றவில்லையே<br>இது எதுவோ) |
| 'பழமும் அருகிலில்லையே'<br>அதைக் கேட்க<br>கர்வம் விடவுமில்லையே.<br>இது தகுமோ... | (இரவும் விடியவில்லையே<br>அது விடிந்தால்<br>பகலும் முடியவில்லையே<br>பூந்தளிரே) |

தானா தோம் தன னா தானா தோம் தன னா......

| | |
|---|---|
| 'நோக்கத் தேவையில்லை,<br>தாகம் தீரும் வரை,<br>நாவல் பழங்கள் கொஞ்சம்<br>தேவையோ' | (வார்த்தை தேவையில்லை<br>வாழும் காலம் வரை<br>பாவை பார்வை மொழி<br>பேசுமே) |
| 'சோர்வு போகவில்லை,<br>தாகம் தீரவில்லை,<br>நாவில் ஒரு பழம் போதுமே' | (நேற்று தேவையில்லை<br>நாளை தேவையில்லை<br>இன்று இந்த நொடி போதுமே) |

'சுட்ட பழம் தானோ?
சுடாத பழம் தானோ?
எது வேண்டும்?
நீ கூற
நான் தரவோ?'

'இது என்ன
புது வார்த்தை?'
சிந்தித்தாள் தனக்குள்ளே,
'அதற்கென்ன
சுடாத பழம்
ஒன்றைத் தா.'

மண்ணில் விழுந்த பழத்தை,
ஒளவை பாட்டி
கையில் எடுத்து ஊதினாள்.

இதைக் காண
ஒன்று கேட்டான் சிறுவன்,
'முது பாட்டி
கூற வேண்டும் விளக்கம்,
பழம் சுடுகிறதா...?'

(வேர் இன்றி விதை இன்றி
விண் தூவும் மழை இன்றி
இது என்ன
இவன் தோட்டம்
பூ பூக்குதே)

(வாள் இன்றி
போர்இன்றி
வலிக்கின்ற யுத்தம் இன்றி
இதயத்தை
இவனுக்கு
என்னை வெல்லுதே)

(இதயம் முழுதும் இருக்கும்
இந்த தயக்கம்
எங்கு கொண்டு நிறுத்தும்)

(இதை அறிய
எங்கு கிடைக்கும் விளக்கம்
அது கிடைத்தால்
சொல்ல வேண்டும் எனக்கும்
பூந்தளிரே...)

<table>
<tr>
<td>

'ஓ என் இறைவா…<br>
என்னை நானே உணர்ந்தேன்.<br>
என் அறியாமை<br>
அறிந்தேன்.<br>
இவன் அறிவால் மெய்…<br>
சிலிர்த்தேன்…<br>
ஓ என் இறைவா…<br>
என்னை நானே உணர்ந்தேன்.<br>
யார் இவனோ…?<br>
ஓ யார்… ஓ… யார்…?'

</td>
<td>

(Oh where would I be<br>
without this joy inside of me<br>
It makes me want to<br>
come alive<br>
It makes me want to fly<br>
into the sky<br>
Oh where would I be<br>
if I didn't have you next to me<br>
Oh where would I be<br>
Oh where… Oh where)

</td>
</tr>
</table>

'இது யாரோ… இது யாரோ… யாரோ… இது யாரோ… முருகா…'

<table>
<tr>
<td>

'என்ன வேடமிது?<br>
என்ன மாயம் இது?<br>
எந்தன் கண்கள்<br>
இன்று திறந்ததே…'

</td>
<td>

(எந்த மேகமிது<br>
எந்தன் வாசல் வந்து<br>
எங்கும் ஈர<br>
மழை தூவுதே)

</td>
</tr>
<tr>
<td>

'என்ன வேடமிது?<br>
என்ன மாயம் இது?<br>
எந்தன் நெஞ்சில் ஒளி<br>
பிறந்ததே…'

</td>
<td>

(என்ன உறவு இது<br>
எதுவும் புரியவில்லை<br>
என்ற போதும் இது<br>
நீளுதே)

</td>
</tr>
</table>

<table>
<tr>
<td>

'யார் என்று அறியாமல்,
பெயர் கூடத் தெரியாமல்,
இவன் உருவம் என் நெஞ்சில்
உருவானதேன்?'

</td>
<td>

(யார் என்று அறியாமல்
பெயர் கூடத் தெரியாமல்
இவனோடு ஒரு சொந்தம்
உருவானதே)

</td>
</tr>
<tr>
<td>

'வேல் கொண்டு நிற்காமல்,
தன் உருவம் தரிக்காமல்,
என் முன்னே வந்தாயே,
கந்தா நீ ஏன்?'

</td>
<td>

(ஏனென்று கேட்காமல்
தடுத்தாலும் நிற்காமல்
இவன் போகும் வழி எங்கும்
மனம் போகுதே)

</td>
</tr>
<tr>
<td>

'பழத்தைக் கொடுத்து நீயும்,
இந்த நிலையில் காட்சி
கொடுத்தாய் சேயே.'

</td>
<td>

(பாதை முடிந்த பிறகும்
இந்த உலகில் பயணம்
முடிவதில்லையே)

</td>
</tr>
<tr>
<td>

பழங்கள் உதிர்த்தே
கருணை பொழிந்த அருளால்,
பெயர் சூடும்
பழமுதிர்ச்சோலை இதுவே.
திரு முருகா...

</td>
<td>

(காற்றில் பறந்தே
பறவை மறைந்த பிறகும்
இலை தொடங்கும்
நடனம் முடிவதில்லையே
இது எதுவோ)

</td>
</tr>
</table>

தானா தரோம் தன னா தானா தரோம் தன னா...

| | |
|---|---|
| ஒளவை பாட்டி ஒரு நாள்,<br>மரத்தடியில்<br>அலைந்து சோர்ந்து இருந்தாள். | (பூக்கள் பூக்கும் தருணம்<br>ஆதவனே<br>பார்த்ததாரும் இல்லையே) |
| மரத்தில் இருந்த சிறுவன்,<br>நாவல் பழத்தை<br>ரசித்து ரசித்து உண்டான். | (உலரும் காலைப் பொழுதை<br>முழு மதியும்<br>பிரிந்து போவதில்லையே) |
| பாட்டி நாவில்<br>தாகம் உண்டானதே.<br>பழம் சுவைக்க<br>ஆவல் உண்டானதே.<br>தாகம் உண்டானதே.<br>பழம் சுவைக்க<br>ஆவல் உண்டானதே.<br>'அதன் இனிமை...' | (நேற்று வரை நேரம்<br>போகவில்லையே<br>உனதருகே நேரம்<br>போதவில்லையே<br>எதுவும் பேசவில்லையே<br>இன்று ஏனோ எதுவும்<br>தோன்றவில்லையே என்ன<br>புதுமை) |
| பழமும் அருகிலில்லையே<br>அதைக் கேட்க<br>கர்வம் விடவுமில்லையே.<br>இது தகுமோ... | இரவும் விடியவில்லையே<br>அது விடிந்தால்<br>பகலும் முடியவில்லையே<br>இது எதுவோ...) |

தானா தனேம் தன னா தானா தனேம் தன னா...

# நீரும் நானும்...

ஒவ்வொரு கோணத்திலும்
நீர் கொண்ட அழகைக் கண்டு
நானும் வசியம் கொண்டேன்.
நீர் விண் சென்று
மண் வரும் ஜாலத்தில்
நானும் மெய் நனைந்து சிலிர்த்தேன்.

மலையில் இருந்து
நீர் குதித்து விழக் கண்டு
நானும் மயங்கிவிட்டேன்.
கடற்கரை ஓரம் நானும் நிற்க
நீர் பாய்ந்து வந்து அணைத்துக் கொள்ள
நானும் சொக்கிப் போனேன்.

அந்த குளத்தில் அன்று
நீர் என் தேகம் தழுவிட
நானும் இன்பம் கண்டேன்.
அன்று அந்த ஓடை ஊடே
நீர் ஓடிட மகிழ்ச்சியாக
நானும் பிடித்துக் கொண்டேன்.

இன்று சாக்கடையில்
நீர் கிடக்கக் கண்டு
நானும் மனம் வெதும்பிப் போனேன்.
தாகம் தணிக்க என்றும்
நீர் வேண்டும் எனக்கும்!
நீரும் இன்றி நானும் இல்லை!

# கிண்டல்

காளமேகப் புலவரை வேறு ஒரு புலவர் ஓர் ஓடை அருகில் சந்தித்தார். அவர் காளமேகப் புலவரைப் பார்த்து

"என்ன விழுந்தூம்பும்" என்று உரைத்தார். அதற்கு காளமேகப் புலவரும்,

"நீர் விழுந்தூம்பும்" என்று பதில் உரைத்தார்.

...

ஆசிரியர் துறு துறுப்பான தன் மாணவனிடம்,

"தம்பி வாரும் இரும்...படியும்!" என்றார்.

அதற்கு அவனும்,

"அறிவில்லா(ஆ)தவரே நீர் கூறியது புரியும்!" என்றான்.

...

ஒரு அழகிய பெண்ணின் தந்தை மளிகைக் கடை வைத்திருந்தார். ஒரு நாள் இரவு அரிக்கன் விளக்குடன் புதிதாக அவ்வூர் வந்த இளைஞன் அவரிடம்,

"கொஞ்சலாம்பெண்ணை தாருங்கள்," என்றான்.

அதற்கு அவரும்,

"குடியேறி வருபவனே விரைவில் நல் அரசடி வரும் அதன் பின் ஊரும்... நீரும்... மறக்கலாம்பெண்ணை!" என்றார்.

153

# கண்டதையும்

கண்டதையும் கற்றவன் பண்டிதன் ஆவான்
கண்டதையும் கதைப்பவன் பித்தன் ஆவான்
கண்டதையும் கொடுப்பவன் அற்றவன் ஆவான்
கண்டதையும் உற்றவன் கொற்றவன் ஆவான்
கண்டதையும் செய்பவன் உற்றவன் ஆவான்
கண்டதையும் படித்தவன் கற்றவன் ஆவான்
கண்டதையும் ஆதரிப்பவன் அன்பன் ஆவான்
கண்டதையும் பெற்றவன் அற்பன் ஆவான்
கண்டதையும் பற்றுபவன் மூடன் ஆவான்
கண்டதையும் கொன்றவன் வேடன் ஆவான்
கண்டதையும் உண்பவன் வண்டியன் ஆவான்
கண்டதையும் உடைப்பவன் சண்டியன் ஆவான்
கண்டதையும் கேட்பவன் பேராசைக்காரன் ஆவான்
கண்டதையும் பார்ப்பவன் கெட்டவன் ஆவான்
கண்டதையும் வென்றவன் பல்லவன் ஆவான்
கண்டதையும் தெரிந்தவன் வல்லவன் ஆவான்
கண்டதையும் புரிந்தவன் ஆண்டவன் ஆவான்

# செவ்விய செய்தி

செவ்விய செய்தியும் அன்று
செப்பிய செய்யுளும் ஒன்று
செப்பன செய்யவே என்று
செவி சாய்த்தேன் நானும் நின்று!


இருள் நீங்க காத்திருக்கும் நினைவு,
கண் மூட காத்திருக்கும் கனவு,
குறை கூற காத்திருக்கும் உறவு,
அவை...
அதில் காணும் இன்பமே நிறைவு.


தொலைந்த ஒளியில் விழித்த காட்சி,
தட்டியது என் மனசாட்சி,
எழுந்து பார் முத்துப் பேச்சி,
இது வாழ்வின் அத்தாட்சி.


இருளில் ஒளியைத் தேடு...
அமைதியில் ஒலியைத் தேடு...
உறக்கத்தில் நின்மதி தேடு...
மனிதனில் மானிடம் தேடு...


கூர்ந்து பார்...
நீ காண நினைத்ததை கண்டடைவாய்!
                                        -தாரணி

# சிலேடைகள் சில...

சிறிய ஊர் பட்டினமாவதேன்?
வெறியர் மயங்கித் திரிவதேன்?
*'குடியேறி' 'குடியேறி'*

கீரை விதைப்பதேன்?
சிறியோர் பெரியோரைச் சுற்றுவதேன்?
*'பிடுங்கித் தின்ன' 'பிடுங்கித் தின்ன'*

திங்கள் வந்ததேன்?
திருவிளக்கு ஏற்றியதேன்?
*'ஞாயிறு போய்' 'ஞாயிறு போய்'*

பாலம் கட்டுவதேன்?
காக்கைகள் கூடுவதேன்?
*'அக்கரை வர' 'அக்கரை வர'*

குடி மக்கள் மகிழ்வதேன்?
சுடு வெயில் நிழலாவதேன்?
*'நல்லரசு இருக்க' 'நல்லரசு இருக்க'*

வேகம் கொண்டு வேந்தன் பாய்ச்சியதெதை?
தாகம் கொண்டு குளத்தில் பாய்ந்ததெது?
*'தேரை' 'தேரை'*

காவன்னா கோவன்னா ஆவதேன்?
காளையெருது பாய்வதேன்?
*'கொம்பையிட்டு' 'கொம்பையிட்டு'*

கர்ணன் துடித்ததேன்?
சோழன் போர் எடுத்ததேன்?
*'பார்த்தனை வெல்ல' 'பார்த்தனை வெல்ல'*

வெள்ளம் அள்ளிச் செல்லவதேன்?
பெண்டிர் பாடு திண்டாட்டமேன்?
*'வைகை பெருக' 'வைகை பெருக'*

தேகம் கொப்பளித்து நோவதேன்?
முதுமை மறைந்து போவதேன்?
*'அம்மை போட்டு' 'அம்மை போட்டு'*

வதந்தி பரவியதேன்?
நேரம் தெரிந்ததேன்?
*'அம்மணிக்கூட்டால்' 'அம்மணிக்கூட்டால்'*

நாவில் நீர் ஊறியதேன்?
நளன் நெஞ்சில் காதல் தோன்றியதேன்?
*'அன்னத்தைக் கண்டதால்' 'அன்னத்தைக் கண்டதால்'*

வெல்லம் மறைந்ததேன்?
காக்கை கூடியதேன்?
*'கரைவதால்' 'கரைவதால்'*

உணவு உண்டியில் சேர்ந்ததேன்?
கழிநீர் கடலில் கலந்ததேன்?
*'வாய்க்கால் வழியோடி' 'வாய்க்கால் வழியோடி'*

அறுந்த காது கூடுவதேன்?
சிறந்த வாழ்க்கை ஆவதேன்?
*'தையலை இட்டு' 'தையலை இட்டு'*

தனம் தேடி உண்ணாமல் புதைப்பதேன்?
தரணியில் அமரபட்சம் ஆவதேன்?
'மதி குறைந்து' 'மதி குறைந்து'

ஆவணி போனதேன்?
காவடி கவர்வதேன்?
'ஆடி வர' 'ஆடி வர'

குறுணி வருவதேன்?
சொறிந்து கொள்வதேன்?
'அரிப்பதால்' 'அரிப்பதால்'

கூழ் கொதிப்பதேன்?
குமரி அழுவதேன்?
'ஆற்றுவாரற்று' 'ஆற்றுவாரற்று'

கண்ணன் கீதை தந்ததேன்?
இரவு பகல் வந்ததேன்?
'பார்த்தன் செயலால்' 'பார்த்தன் செயலால்'

தேர் ஓடியதேன்?
திண்ணை மெழுகியதேன்?
'அச்சாணியிட்டு' 'அச்சாணியிட்டு'

முதுமை புலப்பட்டதேன்?
தொலையாமல் தொலை தூரம் சென்றதேன்?
'முகவரி தெரிய' 'முகவரி தெரிய'

ராமன் சீதையைப் பிரிந்ததேன்?
துரியோதெனுக்கு தீங்கு வந்ததேன்?
'அம்மானையிட்டு' 'அம்மானையிட்டு'

பானையில் சாதம் குறைவதேன்?
பாரினில் தண்ணீர் ஊறுவதேன்
'தோண்டியிட்டு' 'தோண்டியிட்டு'

மூடன் கற்றோன் ஆவதேன்?
முழுப் புடவை தொய்வதேன்?
'நூல் மிகுந்து' 'நூல் மிகுந்து'

வண்ணான் துணி வெளுப்பதேன்?
மனிதன் சோம்பேறி ஆவதேன்?
'அக்கறை அற' 'அக்கறை அற'

ஈசுர வருடம் பிறப்பதேன்?
இருந்தால் போல் இருந்து சாவதேன்?
'தாது வற்றிப்போய்' 'தாது வற்றிப்போய்'

சிலுக்கிக் குலுக்கி நடப்பதேன்?
செருப்பு குப்பையில் கிடப்பதேன்?
'தேடுவாரற்று' 'தேடுவாரற்று'

எருக்கலை பழுப்பதேன்?
எருமை கன்று சாவதேன்?
'பால் வற்றி' 'பால் வற்றி'

காற்றாடி பறப்பதேன்?
மூடன் கற்றோன் ஆவதேன்?
'நூலினால்' 'நூலினால்'

பாம்பு ஓடுவதேன்?
பாறை இடிவதேன்?
'அடிப்பாறையற்று' 'அடிப்பாறையற்று'

தேர் ஓடுவதேன்??
சுரைக்காய்க் கொடி படருவதேன்?
'கொடியேறி' 'கொடியேறி'

அச்சு வண்டில் ஓடியதேன்?
மச்சான் முறை கொண்டாடியதேன்?
'அக்காளையிட்டு' 'அக்காளையிட்டு'

# நீர் ஓடும் மனம் நாடும்

ஓடும் நீர் நதி ஓடும்,
ஓடும் கூரை மேல் ஓடும்...
ஓடும் வழிந்து நீர் ஓடும்!

ஆடும் தோகை மயில் ஆடும்,
ஆடும் புல் மேய ஆடும்...
ஆடும் மேய மயில் ஆடும்!

பாடும் கருங்குயில் பாடும்,
பாடும் அல்லும் பகலும் படும் பாடும்...
பாடும் அவதியற குயில் பாடும்!

சூடும் சிரம் முடி சூடும்,
சூடும் அனல் பறக்கும் சூடும்...
சூடும் தணித்திட முடி சூடும்!

நாடும் எல்லாம் மனம் நாடும்,
நாடும் செழிர்த்து வளர்ந்திட நாடும்...
நாடும் வளர்ந்திட மனம் நாடும்!

# உலையில் இட ஊர் அடங்கும்

முன்னாள் ஒரு போது காளமேகப் புலவர், நாகப்பட்டினம் என்னும் இடத்தில் இருந்த காத்தான் என்பவனின் சத்திரத்திற்குச் சாப்பிடச் சென்றார். அங்கே உணவு பரிமாறுவதற்கு மிகுந்த தாமதம் ஆயிற்று. அதி பசியோடு காத்திருந்த காளமேகப் புலவர் பாடினார்.

> கத்துக்கடல் நாகைக் காத்தான் தன் சத்திரத்தில்
> அத்தமிக்கும்போதில் அரிசி வரும் குத்தி
> உலையில் இட ஊர் அடங்கும்.
> ஒரகப்பை அன்னம் இலையில் இட வெள்ளி எழும்.'

உணவு அருந்தியப் பின்னர், மனம் குழம்பிப் போயிருந்த காத்தானிடம் தன் பாடலின் கருத்தை விளக்கினார் காளமேகப் புலவர்.

'காத்தானது சத்திரத்தில், நாட்டில் உணவு பற்றாக்குறை நடை பெறும் காலத்தில் அரிசி வரும். அங்கே பரிமாறும் உணவை உண்டு அந்த ஊரின் பசி அடங்கும். இலையில் விழும் ஒரு அகப்பை அன்னம் வெள்ளி நட்சத்திரம் போல பிரகாசமாய் ஒளியெழுப்பும்'.

இதைக் கேட்ட காத்தானும் மனம் குளிர்ந்தான். காளமேகப் புலவரின் பாடல் வரிகளின் நேரடிக் கருத்தானது காத்தானது சத்திரத்தைப் பரிகாசிப்பதாய் இருப்பினும் அதன் உள்ளே புதைந்து இருக்கும் பொருள் சத்திரத்தை மிகவும் புகழ்வதாக உள்ளது. காளமேகப் புலவர் இரு பொருள் தரும் சிலேடைப் பேச்சில் வல்லுனராகத் திகழ்ந்தவர் என்பதற்கு இது ஒரு உதாரணமாகும்.

# ஊர் பெயர் சொன்ன கதை

யாழ்ப்பாணத்தில் மாவிட்டபுரம் என்னும் ஒரு ஊரில் வேட்டைத் திருவிழா நடைபெற்ற போது ஒருசமயம், சுன்னாகம் என்னும் ஊரைச் சேர்ந்த முத்துக்குமாரசுவாமி கவிராயர், யாழ் மாவட்டத்து ஊர்களின் பெயர்களைக் கொண்டு சிலேடையுடன் கூடிய பாடலை இயற்றிப் பாடினார்.

*'முடிவிலாதுறை சுன்னாகத்தான் வழி முந்தித் தாவடி*
*கொக்குவில் மீது வந்தடைய*
*ஒர் பெண் கொடிகாமத்தாள் அசைந்து ஆனைக் கோட்டை*
*வழி கட்டுடை விட்டாள் உடுவிலான் வர*
*பன்னாலையான் மிக உருத்தனன் கடம்புற்ற மல்லாகத்தில்*
*இடை விடாது எனை அணையென*
*பலாலி கண் சோர வந்தாள் ஓர் இளவாலையே'*

இதில் கூறப்பட்ட ஊர்கள்: துறை கொண்ட முடிவிலா ஊர்கள் கொழும்புத்துறை, பருத்தித்துறை, ஊர்காவற்துறை, காங்கேசன்துறை, நவாந்துறை, வல்வட்டித்துறை என்பன சில. இப் பாடலில் வரும் ஏனைய ஊர்கள் சுன்னாகம், தாவடி, கொக்குவில், கொடிகாமம், ஆனைக்கோட்டை, கட்டுடை, உடுவில், பன்னாலை, கடம்பன், மல்லாகம், பலாலி, இளவாலை என்பன ஆகும். இப் பாடலின் பொருள்

**'முடிவிலாதுறை சுன்னாகத்தான் வழி'**
முடிவில்லாது உறைந்து இருக்கும் சுன் நாகத்தான். அதாவது வெள்ளை மலையாகிய இமய மலையைச் சேர்ந்த சிவன் வழியில் தோன்றிய முருகன்,

'முந்தித் தாவடி கொக்குவில் மீது வந்தடைய'
முன்னே தாவி வரும் குதிரையின் மீதேறி வந்து அடைய,

'ஒர் பெண் கொடிகாமத்தாள் அசைந்து'
கொடி போன்றவள் காமத்தால் சிக்கி,

'ஆனைக் கோட்டை வழி கட்டுடை விட்டாள்'
யானை கோட்டை போல் வழியிலே நிற்கக் கண்டு, கண்ணீர்
அடங்காமல் வழிய நின்றாள்.

'உடுவிலான் வர'
உடு எனின் நட்சத்திரம் அல்லது நிலவு ஆகும். அதாவது
நட்சத்திரம் அல்லது நிலவு வர,

'பன்னாலையான் மிக உருத்தனன்'
பன்னாலை எனின் கரும்பு. உருத்தனன் எனின் தொல்லை
கொடுத்தல். அதாவது கரும்பு வில்லையுடைய மன்மதன்
மிகுந்த தொல்லை கொடுக்க,

'கடம்புற்ற மல்லாகத்தில் இடைவிடாது எனை அணையென'
கடம்பு பூக்களை மாலையாக அணிந்த உனது மார்பில்,
இடைவிடாது என்னை அணைத்துக் கொள் என,

'பலாலி கண் சோர வந்தாள்'
பல கடல் போல் கண்ணில் நீர்ச் சொரிய வந்தாள்

'ஒர் இளவாலையே'
இளவாலை எனின் குமரிப் பெண். ஒரு குமரிப் பெண்.
யாழ்ப்பாணத்தில் உள்ள ஊர்களின் பெயர்களைக் கொண்ட
இப்பாடல், முருகன் வள்ளியை ஆட்கொண்டு திருமணம்
முடித்த கதையைக் குறிக்கிறது.

# ஐயம் என்ன?

சொல்லின் தமிழ் மோகம் கொண்டு
கம்பன் தொடுத்த வார்த்தைக் கோர்வை கண்டு,
வானவில்லின் வர்ண ஜாலம் கொண்டு
ரவிவர்மன் தொடுத்த சித்திரக் கோலம் கண்டு,

சில்லின் வினை கோவம் கொண்டு
சோழன் தொடுத்த மனுநீதித் தீர்ப்பு கண்டு,
பல்லின் பரிகாசம் பாஞ்சாலியால் கொண்டு
துரியோதனன் தொடுத்த பாரதப் போர் கண்டு,

வில்லின் முறிவில் திருமணம் கொண்டு
இராமன் தொடுத்த அரசியல் யாத்திரை கண்டு,
கல்லின் இதயம் மயக்கம் கொண்டு
கற்பனை தொடுத்த ஆசைக் கனவு கண்டு,

நல்லில் ஆக்கம் புதுமை கொண்டு
ஐயம் தொடுத்த பயம் மையம் கண்டு,
அல்லில் மனம் அவதி கொண்டு
நீக்கலாமோ தொடுத்த கனவை... ஐயம் கண்டு.

# கதை கதையாம் காரணமாம்

காலம் எல்லாம் கேட்டது
பாட்டி சொன்ன கதை.

கல்லூரி சென்று வர
நட்பின் கதை.

கல்வியில் தேறி விட்டால்
வெற்றியின் கதை.

கனவுகள் தோன்றி விட்டல்
முயற்சியின் கதை.

காசு மேல் காசு வர
கணக்குப் போடும் கதை.

கன்னி என்று ஆகி விட்டால்
காளையரின் கதை.

காளையர் கூடி நின்றால்
கண்ட கண்ட கதை.

காதல் வந்து விட்டால்
கண்களாலும் கதை.

காதலன் உடன் ஓடினால்
ஊர் எல்லாம் கதை.

கல்யாணம் கட்டாவிடின்
கண்ட படி கதை.

கல்யாணம் கட்டி விட்டால்
கணவன் வீட்டார் கதை.

கைபேசி கையில் இருக்க
எந்த நேரமும் கதை.

கண்ட படி கேப்பது
அடுத்த வீட்டார் கதை.

காலமும் கடந்து போச்சு
காரணமில்லாத கதை.

கஷ்டங்கள் வந்து விட்டால்
கடன்காரன் கதை.

கவலைகள் கூடி விட்டால்
கடவுளோடு கதை.

காவியங்கள் உரைத்ததும்
கற்பனைக் கதை.

காலன் அவன் அபகரித்தால்
கல்வெட்டில் ஒரு கதை.

# மிச்சம் சொன்னால்...

இல்லறம் நல்லறம் ஆக,
சூத்திரம் ஒன்றைச் சாத்திரம் உரைத்திட,
முக்கியம் ஆக லக்கினம் பொருந்திட,
இராகு காலம் ஓடிப் போக,
இராஜ யோகம் கூடி வர...
சிக்கல் ஒன்றும் இல்லை...
அக்கினி சுற்றி, அம்மி மிதித்து,
அருந்ததி பார்த்து, மேள தாளத்துடன்,
சங்கம் கூடி வந்தவர்கள்
வங்கம் போல் வாழ்த்திட...
தங்கத்தினில் மங்களத் தாலியை ஆடவனும்
மங்கையின் சங்குக் கழுத்தினில் கட்டிட...
பங்கம் ஏதுமில்லா
கல்யாண சமையல் சாதம்!
காய் கறிகளும் பிரமாதம்!
நன்றே இருந்தது விருந்துபசாரம்!
இனிதே சுபமுகுர்த்தத்தில்...
திருமணம் நடந்த நல் நாளில்,
வெளிச்சம் கொஞ்சம் நீச்சம் அடைந்திட,
கூச்சம் ஒரு புறம், சிறு அச்சம் மறுபுறம் கொண்டிட,
மச்சம் எல்லாம் எச்சம் தந்திட...
மிச்சம் சொன்னல் 'ம்...கூ...ம்...'
அது உச்சம் பறைந்திட!

# உய்யும் உண்மை உறங்கிடாதே!

பெய்யும் ஆசைகள் மனதில்
ஏக்கங்களாய்ப் பெருகிடவே...
நெய்யும் எண்ணங்கள் நெஞ்சில்
தீவிரமாக நிறைந்திடவே...
எய்யும் குறிக்கோள்களோ விண்ணையும்
தாண்டி ஏறிடவே...

செய்யும் கருமங்களின் கனத்தைச்
சுமந்திடவே...
நொய்யும் நின் சித்தம்
நொந்திடவே...
ஓயும் சிக்கல்கள் என யாரோ ஒருவர்
ஏதோ ஒன்றை ஓதிடவே...
பொய்யும் புரட்டும் பொல்லாதது
புகுந்திடலாமோ?

உய்யும் உன் நிலை மேல்
உன்னதமாய் உயர்ந்திடவே...
மெய்யும் மறைத்து மழுப்பி
நீயும் மொழிந்திடவே...
தொய்யும் நின் நேர்மையும் கௌரவமும் அங்கே...
தருமமும் தடம்புரளும் தெரியாதோ?

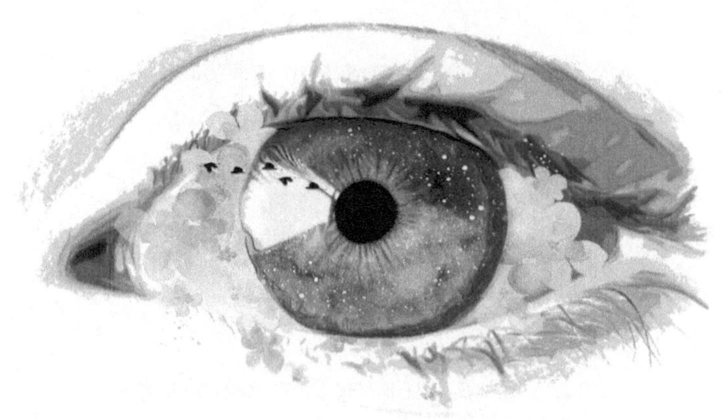

# பார்வைக்குள் ரசனை

சிப்பிக்குள் முத்து
மண்ணுக்குள் மாணிக்கம்
கல்லுக்குள் வைரம்
இருளுக்குள் மின்மினி
மூங்கிலுக்குள் கானம்
காட்டுக்குள் கவரி
கருங்குயிலுக்குள் இன்னிசை
வனாந்திரத்திற்குள் கற்றாழை
முள்ளுக்குள் ரோஜா
சேற்றுக்குள் செந்தாமரை
சிந்தனைக்குள் ஞானம்
வெறுமைக்குள் ஆக்கம்
ஞாலத்திற்குள் மானிடம்!

# எனை தூண்டும்...

நீ வீசும் நிலவில் குளிர் காய்ந்து
நீ வடித்த கூட்டின் தேன் பருகி
மயங்கிக் கிறங்கிக் கிடக்கின்றேன்
நானும் தேன் நிலவு கண்டு.

சிவனே என்றிருக்கும் என் உள்ளம்
கிளறித் தீண்டுவதில் உனக்கும் ஏன் ஆனந்தம்.
தெளிந்த நீரில் சிறு கல் விட்டெறிந்து
கலகங்கள் செய்து அலைபுரண்டோடும்
என் நெஞ்சில் திரவியம் தேடுகிறாய்.

எய்து விட்டு நீயும் சுகமாய் இருக்க,
அறியா அம்பு நானும்
இலக்கை நோக்கிப் பாய்ந்திட,
அதிசயிக்கின்றாய் அப்பாவி போல்...

ஆனால் உன் மாயம் நான் அறிவேன்.
ஆட வைத்து அழகு பார்ப்பது
உன் லீலை அல்லவோ
என் உயிர்த் தோழியே!

### 1. மூன்று சிறுவர்கள்

மூவரும் தோட்டத்தில் பிடுங்கிய ஆகக்குறைந்த பழங்களின் எண்ணிக்கை 25 ஆகும். ஏனைய விடைகள் 106, 187, 268 என 81 ஆல் அதிகரித்துச் செல்லும்.

### 2. கலை விழாவிற்குச் சென்ற சினேகிதிகள்.

சிவகாமி நீலப் புடவை, நீலலோஜனி மஞ்சள் புடவை, மஞ்சுளா சிவப்புப் புடவை.

### 3. நூறு ரூபாவுக்கு நூறு பழங்கள்

| | |
|---|---|
| 16 மாம்பழங்கள் | (16 × 5 ரூபாய்) = 80 ரூபாய் |
| 4 வாழைப்பழங்கள் | (4 × 3 ரூபாய்) = 12 ரூபாய் |
| 80 எலுமிச்சம்பழங்கள் | (80 × 0.10 ரூபாய்) = 8 ரூபாய் |
| 100 பழங்கள் | மொத்தம் = 100 ரூபாய் |

### 4. தல மகிமை

பக்தன் கொண்டு சென்றது 7 பூக்கள்.
ஒவ்வொரு இறைவனுக்கும் சாத்தியது 8 பூக்கள்.

## 5. இரு மரங்கள்

முதலாவது மரத்தில்  5 குருவிகளும்,
இரண்டாவது மரத்தில் 7 குருவிகளும் இருந்தன.


## 6. மூன்று ரொட்டிகள்

முதல் ஒரு நிமிடத்தில், இரு ரொட்டிகளின் ஒரு பக்கத்தை
வேக விட வேண்டும்.

பின் அதில் ஒன்றை வெளியே வைத்து விட்டு, இரண்டாவது
ரொட்டியின் மறுபக்கத்தை வேக விட்டு, அதனுடன் சேர்த்து
மூன்றாவது ரொட்டியையும், அடுத்த ஒரு நிமிடம் வேக விட
வேண்டும்.

இதன் பின் இரண்டாவது ரொட்டியின் இரு புறமும் வெந்து
இருக்க, அதை இறக்கி விட்டு, முதலாவது, மூன்றாவது
ரொட்டிகளின் மறுபக்கத்தை அடுத்த ஒரு நிமிடம் வேக விட
வேண்டும்.

இவ்வாறு மூன்று நிமிடங்களில் மூன்று ரொட்டிகளை
அவன் சுட்டுக் கொடுத்தான்.

# அது மனித வர்க்கம்…
## ரேழிழ்ப்பசு நிஇ

என் வாழ்க்கைப் பாதையின் பக்கம்!
என்றும் நான் சுயமாக விரும்பித் தேர்ந்ததே
இல்லை என்பேன்! இதில் ஏன்  தர்க்கம்?
யாரோ கையில், பிறர் வழியில் என்றும்
என் வாழ்வின் மார்க்கம்
முன்னே திறந்திட!
என் கனவுகளின் நோக்கம்
யாவும் தொலைந்திட! மறைந்திட!
என் இதய உணர்வுகளின் ஏக்கம்
அது தனித்து நிற்க!
அலைமோதும் ஆர்வங்களின் தாக்கம்
எதுவும் இல்லை!
அங்கே என் ஆற்றலின் நீக்கம்
என உணர்ந்திட!
ஏது உண்மையின் தீர்க்கம்
கண்டு கொண்டேன் நானும் இங்கு!

(இப்போது இக் கவிதையை கடைசி வரியில் இருந்து
கீழ் இருந்து மேலாக வாசிக்கவும்)

# எந்தையே நன்று!

ஏதோ ஒன்று
எங்கே என்று
ஏங்கி அன்று
ஏமாறி நின்று
ஏனோ என்று
என்னுள்ளே சென்று
ஏகாந்தம் கொன்று
எந்தகை வென்று
எழுவேனே இன்று!

# ஆசிரியரின் சுயசரிதை

இந்நூலாசிரியர் திலாணி சபேஷன் இலங்கையை பூர்விகமாக கொண்டவர். இவர் விரும்பும் பொழுதுபோக்குகள் புத்தகங்கள் வாசிப்பதுவும் ஓவியங்கள் வரைவதும் ஆகும். அத்துடன் இயல், இசை, நாட்டியம், நாடகம் போன்ற கலைகளிலும் ரசனை கொண்டவர். இவர் தனது சொந்த குழந்தைகளுக்கு அவர்களின் ஆர்வங்களின் அடிப்படையில் ஆக்கப்பூர்வமான கருவுடன் கூடிய வைபவங்களை ஒழுங்கமைத்து, பங்குபெற்ற அனைவருக்கும் தனித்துவமான அனுபவத்தை வழங்கி பலராலும் போற்றப்பட்டவர்.

திலாணி சபேஷன் தமிழ் மொழி மற்றும் இலக்கியத்தின் மீது எப்போதும் பற்றும் ஆர்வமும் உடையவர். தனது ஆர்வத்தை நிறைவேற்றும் வகையில், இவர் தனது முதல் புத்தகமான 'பனித்துளிகள்' என்னும் பல் சுவை பொருந்திய நூலை எழுதியுள்ளார்.